Thiền Trong Hành Động

CHÖGYAM TRUNGPA RINPOCHE

ĐẠO SINH *dịch*

THIỀN
TRONG HÀNH ĐỘNG

Nguyên tác:

Meditation in Action

LOTUS MEDIA

THIỀN TRONG HÀNH ĐỘNG
Tác giả: CHÖGYAM TRUNGPA RINPOCHE
Việt dịch: ĐẠO SINH
Lotus Media xuất bản tại Hoa Kỳ, 2019
Bìa và trình bày: Uyên Nguyên
ISBN: 978-0-359-44710-7
All rights reserved
Printed in the United States of America
Copyright © 2019 by Lotus Media and Dao Sinh.

LỜI NÓI ĐẦU

Ngày 17 tháng 1 năm 1960, Chögyam Trungpa Rinpoche và một nhóm nhỏ người tỵ nạn từ vùng Pemako, Tây tạng, vượt biên giới vào Ấn-độ. Theo sau họ là những toán quân cộng sản Trung quốc đang đuổi theo với ý định hoặc bắt giữ hoặc bắn chết. Năm đó Rinpoche chỉ mới 19 tuổi. Những chi tiết cuộc chạy trốn dài lê thê và gian khổ đã được kể lại trong *Born in Tibet*, tự truyện của tác giả viết cùng với Esmé Cramer Roberts năm 1965. (Nhà xuất bản George Allen & Unwin ấn hành lần đầu vào năm 1966.) Chúng ta biết được ông xuất thân là một nhà sư và đã được tài bồi để trở thành Trungpa Tulku thứ 11, hóa thân của một vị lạt-ma và là sư trưởng các thiền viện Surmang.

Trungpa Rinpoche ở lại Ấn cho đến năm 1963. Những

kinh nghiệm lần đầu làm dân tỵ nạn là những công việc tay chân vất vả, kể cả việc sửa sang đường sá. Freda Bedi, một phụ nữ người Anh sống ở Ấn, đã làm việc với đức Đạt-lai Lạt-ma – người cũng vừa trốn khỏi Tây tạng trước đó – và chính phủ Tây tạng lưu vong để xây dựng ngôi trường Young Lamas Home School ở New Delhi, nơi các lạt-ma tái sinh trẻ tuổi có thể tiếp tục con đường Phật học, đồng thời khởi sự học thêm tiếng Anh và Hindi. Đức Đạt-lai Lạt-ma đã mời ông làm cố vấn tâm linh cho nhà trường. Chính nhờ bà Bedi và những người phương Tây khác, đặc biệt là John Driver – một người Anh, và là đệ tử thành tâm của Dilgo Khyentse Rinpoche – mà Trungpa Rinpoche đã bắt đầu việc học tiếng Anh. Bà Bedi và ông Driver, cùng với Tibet Society của Anh quốc đã xin được học bổng Spalding cho ông sang học trường đại học Oxford.

Ở Anh, vốn liếng tiếng Anh được cải thiện của Trungpa Rinpoche đã giúp ông làm quen với triết học, tâm lý học, tôn giáo, cũng như nghệ thuật phương Tây. Ở Oxford ông kết thân với nhiều bằng hữu, một sự hội nhập rộng rãi đã giúp ông hiểu được tinh thần phương Tây, những hiểu biết đã giúp ông có thể giảng dạy Phật học bằng tiếng Anh sau này. Chẳng bao lâu ông bắt đầu có những buổi thuyết giảng bằng tiếng Anh, thu hút một lượng nhỏ các sinh viên yêu thích môn học này, kể cả một số sinh viên người Mỹ. Năm 1967, Johnstone House Contemplative Community, một trung tâm Phật giáo Theravada ở Dumfriesshire, Scotland, được chuyển giao cho Trungpa Rinpoche và cộng sự là Akong Rinpoche, và đổi tên thành Samye Ling Meditation Center. Ở Samye Ling, Trungpa Rinpoche bắt đầu dạy tự do, tạo được niềm phấn khích cho nhiều sinh viên tham dự các khóa thiền dài ngày.

Samye Ling bắt đầu gửi thư thông báo về các buổi giảng và các khóa tu do Trungpa Rinpoche tổ chức. Số người tham dự thường khoảng hai mươi người. Richard Arthure, thư ký và tài xế riêng của Trungpa Rinpoche, đã tập hợp một số bài giảng với ý định in thành sách để tăng thêm thu nhập cho trung tâm. Các bài giảng được ghi vào băng từ cỡ lớn. Richard chuyển biên, chỉnh lại để các ý tưởng trở nên rõ ràng và lưu loát hơn trong tiếng Anh. Richard cho biết:

> Vào lúc tôi sắp xếp xong các bản đánh máy thì nhà thơ người Mỹ Robert Bly đến thăm nên tôi đã đưa cho ông xem. Tôi còn nhớ ông đã đề nghị một số thay đổi, đặc biệt là cách chấm câu. Chẳng hạn, ông không đồng ý kiểu bắt đầu mỗi câu bằng những từ như "Và vì thế..."

Cũng có người bàn nên lấy nhan đề là *Meditation and*

Action (Thiền và Hành động) hay *Meditation in Action* (Thiền trong Hành động).

Bản thảo được đưa cho nhà xuất bản Vincent Stuart of Stuart and Watkins ở Luân-đôn, thông qua người bạn chung có liên quan đến Gurdjieff Work. May mắn thay lúc đó tôi có mặt ở Luân-đôn để tìm các đầu sách và bản thảo để xuất bản. Sau khi ông Stuart trao bản thảo cho tôi, tôi đã đọc say mê, chữ nghĩa nhảy vọt ra khỏi trang giấy như đang nói chuyện trực tiếp với tôi. Ngay lập tức tôi nhận ra đó là một tác phẩm quan trọng, chứa đựng một ý nghĩa đột biến đối với một thế hệ mới người phương Tây, những người đã nghe nói đến Phật giáo nhưng không biết làm thế nào để tiếp cận tu tập. Chúng tôi đã sắp xếp cho lần ấn hành này có kèm theo biểu tượng Shambhala để tác phẩm trở thành ấn bản đầu tiên trong chương trình xuất bản thuộc loại này. Sách được sắp chữ và in ở Scotland, một ngàn bản với biểu tượng nhà xuất bản Stuart and Witkins, một ngàn bản với biểu tượng nhà xuất bản Shambhala, giá bán 1,75 Mỹ kim.

Chuyến tàu chở một ngàn bản cập bến Port of Oakland, California, vào đầu tháng 9, 1969. Tôi nhớ mình đã đi nhận sách và mang đến hiệu sách Shambhala Booksellers ở Berkeley. Với sự nhiệt tình của bốn người điều hành hiệu sách, sách đã nhanh chóng bán ra, lúc đầu cho cộng đồng Berkeley, sau đó nhờ truyền miệng cho một cộng đồng người hâm mộ đông đúc hơn ở vùng vịnh San Francisco. Vài trăm bản được phân phối đến các hiệu sách khác ở Mỹ qua trung gian Book People, một nhà phân phối sách ở Berkeley. Trong vòng một tháng ba ngàn cuốn đã được tái bản. Suốt bốn mươi năm từ lần xuất bản đầu tiên sách đã được tái bản liên tục, đồng thời được dịch và ấn hành trong nhiều ngôn ngữ Âu Á khác nhau.

Các độc giả đầu tiên đã có đủ cảm hứng để chăm chỉ học hỏi và kể cho bạn bè nghe về *Meditation in Action*. Tác phẩm đã làm chấn động những người tìm kiếm tâm linh, già cũng như trẻ, của kỷ nguyên văn hóa song hành. Sức mạnh ngôn ngữ và truyền thông của tác phẩm đã trở thành một lời kêu gọi vang rền, minh thị rằng những lời dạy của đức Phật có thể áp dụng không chỉ ở châu Á mà còn cả thế giới phương Tây. Đã có một số tác phẩm xuất bản bằng tiếng Anh đề cập đến khả tính này, nhưng có thể nói rằng cuốn sách nhỏ bé này với một thông điệp lớn như thế là tác phẩm đầu tiên có thể truyền đạt trực tiếp bức thông điệp của Phật giáo, đặc biệt là kiến giải của Phật giáo Đại thừa. Giờ đây người đọc đã nhận ra rằng thiền và sự phát triển các phẩm tính siêu việt của các bồ-tát không phải là điều huyền hoặc, mà là cái có thể làm được ngay ở đây và bây giờ. Một năm sau đó *Zen Mind, Beginner's Mind*, tác phẩm của Thiền sư Shunryo Suzuki Roshi ở San Francisco được xuất bản. Từ cái nhìn của Thiền tông, tác phẩm này cũng đã giúp người đọc có cảm hứng để bước chân vào lĩnh vực tu tập của Phật giáo. Trong những năm đầu xuất bản, *Zen Mind, Beginner's Mind* và *Meditation in Action* thường được đọc kèm với nhau.

Năm 1969 và 1970 là những năm quan trọng đối với Chögyam Trungpa Rinpoche cũng như đối với những người đã nhận được lợi lạc từ trí huệ và từ bi của ông. Suốt thời gian đó ông đã trở thành người Tây tạng đầu tiên làm công dân Vương quốc Anh. Ông rất vui về điều này; và từ đó trở đi trong phòng ông lúc nào cũng có bức chân dung Nữ hoàng Elizabeth. Ông cũng đã gặp một tai nạn xe hơi khiến ông bị liệt một phần cơ thể. Sau tai nạn đó ông quyết định khoác áo cư sỹ, từ bỏ đời sống tự viện. Ông mô tả điều này trong các bài viết của mình như một sự "tháo mặt nạ", một hành động có thể cho phép ông sát cánh với học trò của mình hơn chứ không chỉ xuất hiện như một guru phương Đông ngoại nhập nào đó. Ông đã nói đùa là ông không muốn trở thành một "lạt-ma-vật-cưng" (*pet lama*) của bất cứ ai. Ông cũng đã lập gia đình với Diana Judith Pybus, một thiếu nữ người Anh. Những thay đổi gây nhiều tranh cãi trong cuộc đời Chögyam Trungpa Rinpoche khiến ông khó tiếp tục sống và giảng dạy ở Vương quốc Anh. Một số học trò người Mỹ khuyến khích ông và vị hôn thê sang Bắc Mỹ định cư vào đầu năm 1970. Họ đã xây dựng sẵn một trung tâm ở Barnet, Vermont, mang tên Tail of the Tiger; sau được đổi thành Karmê Chöling Buddhist Meditation Center.

Từ lúc ông đến đây vào năm 1970 cho đến lúc vĩnh viễn ra đi vào năm 1987, Trungpa Rinpoche đã có hàng trăm, có lẽ là hàng ngàn, pháp thoại về nhiều lĩnh vực khác nhau của Phật giáo trước hàng vạn thính chúng. Ông trình bày giáo lý Phật học căn bản, bao gồm các huấn thị về thiền cho những người quan tâm thực sự đến việc tu tập. Ông luyện tập cho đông đảo thính chúng các phép tu Đại thừa hầu làm lợi lạc cho tất cả chúng sinh, hướng dẫn cặn kẽ cách thực hành *lojong*, hay luyện tâm. Ông cũng tổ chức các buổi pháp thoại rộng rãi về Phật giáo Kim Cang thừa trong truyền thống Ấn-Tạng; và đối với những người đã trở thành học trò thân cận ông đã khai thị các pháp tu thâm áo về Mahamudra và Dzogchen. Mười bảy năm giảng dạy quý giá đó là một sự hiển bày lớn lao của trí huệ và hoạt động giác ngộ, tương tợ sứ mệnh của Đại thánh Padmasambhava khi Ngài hoằng truyền Phật pháp vào Tây tạng từ vùng Oddiyana của Ấn quốc vĩ đại vào thế kỷ thứ tám.

Trungpa Rinpoche đã trình bày Phật pháp theo ngôn ngữ và cách nói của những người ông gặp. Ông đã sử dụng tiếng Anh theo cách có thể làm Phật pháp trở nên dễ hiểu; và các hành giả phương Tây có thể tiếp cận theo cách mà họ chưa bao giờ gặp trước đây. Ông là người tiên phong trong việc tạo ra một ngôn ngữ gọi là "tiếng Anh tạp Phật giáo" (*Buddhist hybrid English*) có thể truyền đạt trực tiếp và chính xác. Nhờ công phu khai phá của ông mà những người đã và đang giảng dạy Phật học ở phương Tây đều có thể hoàn thành hiệu quả công việc của mình, cho dù họ có biết về điều này hay không. Hơn nữa, ông đã giảng dạy Phật pháp để tất cả mọi người đều có thể tu tập mà không cần phải trở thành những người "Tây tạng hay Nhật bản nhỏ bé, hay bất cứ cái gì khác."

Mặc dù ông đã ra đi hơn hai mươi hai năm trời nhưng chúng ta vẫn có thể bắt gặp được tâm thức của ông qua các bài pháp thoại vẫn còn hiện hữu trong các tác phẩm, thi ca, băng hình của ông. Chúng ta cũng có thể bắt gặp tâm thức ông qua các tác phẩm nghệ thuật và rất nhiều cơ sở mà ông cùng học trò đã tạo lập. Ngay cả chúng ta cũng có thể trở thành học trò của ông qua sự nối kết với ông qua các bài giảng.

Tôi nguyện cầu Phật pháp được thiết lập khắp các

phương trời thế giới vì sự lợi lạc của tất cả chúng sinh. Với niềm tôn kính thâm sâu, tôi xin đảnh lễ Chögyam Trungpa Rinpoche, vị thánh Phật giáo vĩ đại của thế kỷ 20, người đã soi sáng thế giới phương Tây bằng chính trí huệ và lòng từ bi không biết mệt mỏi của mình.

Samuel Bercholz

4 tháng 4, 2010

ĐỜI SỐNG
VÀ TẤM GƯƠNG ĐỨC PHẬT

Một ngày mùa hạ trong xanh, nắng gắt. Những cành cây sa-la um tùm, trĩu quả, hoa nở rực rỡ. Cảnh vật hoang dại, lởm chởm đá với nhiều hang động. Thị trấn gần nhất cũng cách xa trên trăm dặm. Trong vài hang động là các hành giả du-già, tóc bối dài, mình chỉ khoác một mảnh vải bông trắng mỏng. Có người ngồi nhập định trên những tấm da nai. Có người đang tu luyện nhiều động tác du-già khác nhau, như ngồi nhập định giữa một đống lửa trại, một phép tu khổ hạnh nổi tiếng. Có người lại đang trì chú hay tụng kinh cúng dường. Nơi chốn này có một bầu không khí thanh bình, tĩnh lặng, nhưng cũng khá quái dị. Có lẽ nó vẫn giữ nguyên trạng từ trước lúc thế giới này hình thành. Một sự tĩnh lặng tuyệt đối. Cả tiếng chim hót cũng không nghe thấy. Chỉ có một giòng sông lớn gần đó, nhưng chẳng có ngư phủ nào. Giòng sông mênh mông, rộng ít nhất cũng đến bảy dặm. Trên bờ các đạo sỹ đang thực hành thánh lễ tẩy tịnh. Ta thấy họ thiền định và tắm trong giòng sông. Đó là cảnh tượng cách đây hai ngàn năm trăm năm ở một nơi có tên là Nairanjana trong tỉnh Bihar, Ấn-độ.

Một hoàng tử, tên Siddhartha, tìm đến. Dáng dấp quý tộc; chàng chỉ vừa mới cất bỏ chiếc vương miện, những chiếc khuyên tai và đồ trang sức của mình, vì thế chàng cảm thấy khá trần trụi. Chàng vừa mới từ giã con ngựa và người hầu cận cuối cùng, và giờ đây chàng đã khoác lên tấm vải bông trắng sạch. Chàng nhìn quanh và cố bắt chước những đạo sỹ khác. Chàng muốn theo gương họ, vì thế chàng đến gần để xin được hướng dẫn phương pháp thiền định. Trước tiên chàng giải thích mình là một hoàng tử và thấy đời sống ở cung điện thật vô nghĩa. Chàng đã nhìn thấy có sự sinh ra, sự chết, bệnh tật và già yếu. Chàng cũng đã nhìn thấy một nhà hiền triết bước đi trên đường; và điều này đã gây cảm hứng cho chàng. Đây là tấm gương và lối sống chàng muốn theo. Tất cả đều mới lạ với chàng; và thoạt đầu chàng không thể nào thừa nhận những điều này đang thật sự xảy ra. Chàng không thể quên sự xa hoa và những thú vui nhục dục đã trải qua trong cung điện và vẫn còn quay cuồng trong đầu óc chàng. Đó là hoàng tử Siddhartha, đức Phật tương lai.

Rồi chàng nhận được các hướng dẫn, có lẽ hơi miễn cưỡng, từ vị đạo sư hiện tại của chàng. Chàng tu tập khổ hạnh của một nhà thấu thị, học ngồi kiết-già, và áp dụng bảy tư thế du-già để điều hòa hơi thở. Lúc đầu những điều này mới lạ đối với chàng như một trò chơi. Chàng cũng nhận được cảm giác thành tựu khi cuối cùng đã biết cách từ bỏ các sở hữu thế gian để đi theo nếp sống tuyệt vời này. Ký ức về vợ con và cha mẹ chàng vẫn còn đầy trong tâm trí. Điều này chắc hẳn đã quấy rầy việc tu tập du-già nhưng hình như chàng chẳng còn cách nào hàng phục tâm thức mình. Và các hành giả du-già chẳng hề nói cho chàng biết phải làm gì, ngoại trừ việc cứ tiếp tục làm giống như họ.

Đó là kinh nghiệm của đức Phật gần hai ngàn năm trăm năm trước. Và giờ đây ta sẽ tìm thấy một cảnh quang tương tợ và có những kinh nghiệm tương tợ nếu ta quyết định rời khỏi gia đình, từ bỏ những lần tắm nước nóng nước lạnh, quên đi chuyện nấu nướng ở nhà và sự xa xỉ khi đi lại bằng xe hơi, hay phương tiện vận chuyển công cộng; một điều vẫn rất là xa xỉ. Có người trong chúng ta có thể đáp máy bay và chỉ mất vài tiếng đồng hồ để đến đó: trước khi ta biết mình ở đâu thì ta đã ở ngay giữa lòng Ấn-độ. Có người có máu phiêu lưu hơn có lẽ sẽ quyết định cuốc bộ. Tuy nhiên điều đó hình như vẫn sẽ không thật lắm; chuyến hành trình vẫn tiếp tục thú vị và sẽ không bao giờ có một giây phút buồn tẻ. Cuối cùng chúng ta cũng đến được Ấn. Có lẽ ở một số mặt nào đó Ấn-độ làm ta thất vọng. Ta sẽ nhìn thấy một số lượng tối tân hóa nào đó, và sự hợm hĩnh của những người Ấn thượng lưu, có giáo dục tốt hơn; những người vẫn đang học đòi Hoàng gia Anh. Có lẽ lúc đầu ta sẽ thấy hơi khó chịu, nhưng dù sao đi nữa ta vẫn chấp nhận và cố rời xa thành phố nhanh chừng nào hay chừng đó để hướng vào rừng xanh. (Trong trường hợp này đó có thể là một tu viện Tây tạng hay một tịnh thất Ấn-độ.) Chúng ta có thể noi theo y hệt tấm gương của hoàng tử Siddhartha và có lẽ sẽ có ít nhiều kinh nghiệm y hệt chàng. Điều trước tiên hiện rõ trong tâm trí chúng ta là khía cạnh khắc khổ, hay đúng hơn là sự vắng bóng các thứ xa hoa trong một đời sống như thế. Giờ đây, chúng ta có học được điều gì không từ những ngày tháng mở đầu này? Có lẽ chúng ta sẽ học được điều gì đó của lối sống này. Nhưng có lẽ vì chúng ta chưa bao giờ nhìn thấy một xứ sở như thế nên chúng ta thường có khuynh hướng bị kích động nhiều hơn. Ta có thói quen diễn dịch mọi thứ, và cuộc đối thoại nội tâm vẫn tiếp tục khi ta cố gắng phá vỡ các chướng ngại của truyền thông và ngôn ngữ. Ta vẫn đang sống rất nhiều trong thế giới của riêng mình. Giống hệt như với đức Phật, sự kích động và sự mới lạ khi hiện hữu trong một xứ sở xa lạ sẽ còn lưu lại với chúng ta trong nhiều tháng. Ta sẽ viết thư về nhà, làm như ta đang bị cái đất nước này hớp hồn, đang say mê bởi niềm phấn khích và kỳ lạ của nó. Vì thế nếu ta trở về sau chỉ một ít ngày hay ít tuần thì ta sẽ không học hỏi được nhiều; cùng lắm là ta chỉ thấy được một đất nước khác, một nếp sống khác mà thôi. Và điều tương tợ có lẽ đã xảy ra với đức Phật nếu Ngài rời bỏ khu rừng già Nairanjana và trở về vương quốc của mình ở Rajgir.

Trong trường hợp đức Phật, Ngài đã tập thiền một thời gian dài với các vị thầy Ấn giáo, và Ngài đã khám phá ra rằng việc tu khổ hạnh và chỉ bám theo một hệ thống tín ngưỡng mà thôi chẳng giúp được gì. Ngài vẫn không có câu trả lời. À, có lẽ Ngài đã có một số câu trả lời. Theo một nghĩa nào đó những câu hỏi này đã được giải đáp trong đầu óc Ngài; nhưng không nhiều thì ít Ngài đang nhìn thấy những gì Ngài muốn thấy, hơn là nhìn thấy mọi thứ như chúng là. Vì thế, để đi theo con đường tâm linh trước hết ta phải vượt qua sự kích động ban đầu này; đó là một trong những yếu tính tiên khởi. Bởi vì nếu ta không thể vượt qua sự kích động này, ta sẽ không thể học, vì bất cứ hình thức kích động thuộc cảm tính nào cũng có tác động làm mê mờ. Ta không thể nhìn thấy đời sống như nó là vì ta quá coi trọng việc tạo dựng một cái nhìn của riêng ta về nó. Vì thế ta không nên cam chịu hay ghép mình vào bất cứ cấu trúc tôn giáo hay chính trị nào nếu trước tiên ta không tìm thấy thể tính đích thực của cái ta đang kiếm tìm. Tự dán nhãn hiệu lên mình, bắt chước một lối sống khắc khổ hay thay đổi trang phục của mình – những việc làm này chẳng hề mang lại bất kỳ sự chuyển hóa nào cả.

Sau nhiều năm đức Phật đã quyết định rời bỏ. Về mặt nào đó Ngài đã học được rất nhiều, nhưng đã đến lúc Ngài nói lời từ giã với các thầy mình, các nhà thấu thị người Ấn, và ra đi một mình. Ngài đến một nơi thật xa, cho dù vẫn nằm trên bờ sông Nairanjana, và ngồi xuống dưới một cây đa, cũng còn gọi là cây Bodhi (*Bồ-đề*). Trong nhiều năm dài Ngài đã ở lại đó, ngồi trên một tảng đá lớn, ăn và uống rất ít. Đó không phải vì Ngài thấy cần phải tu theo lối khổ hạnh nghiêm mật, mà vì Ngài thấy cần ở một mình và tự khám phá mọi thứ cho chính mình, hơn là học theo tấm gương của người nào khác. Có lẽ Ngài đã đạt đến những kết luận như thế bằng những phương pháp khác nhau, nhưng điều đó không quan trọng. Cái quan trọng là bất cứ điều gì ta đang cố gắng học hỏi thì trước tiên ta cần có kinh nghiệm về nó, hơn là học từ sách vở hay thầy dạy hay chỉ bằng việc noi theo một khuôn mẫu lập sẵn. Đó là cái Ngài đã tìm thấy, và trong ý nghĩa đó đức Phật là một nhà cách mạng vĩ đại trong lối suy tư của mình. Thậm chí Ngài còn phủ nhận sự hiện hữu của Brahma, hay Thượng đế, đấng Tạo hóa. Ngài cương quyết không chấp nhận bất cứ điều gì nếu tự thân Ngài trước tiên không khám phá ra. Điều này không hàm ý rằng Ngài bác bỏ truyền thống vĩ đại và xưa cổ của Ấn.

Ngài rất kính trọng truyền thống đó. Thái độ của Ngài không phải là thái độ của người bác bỏ giá trị các định chế luật pháp và chính phủ theo bất cứ ý nghĩa tiêu cực nào, cũng không phải là cách mạng theo lối Cộng sản. Thái độ của Ngài là sự cách mạng tích cực và đích thực. Ngài khai triển khía cạnh sáng tạo của sự cách mạng, tức không cố gắng tìm kiếm sự giúp đỡ từ bất cứ ai khác mà là tự tìm thấy cho chính mình. Phật giáo có lẽ là tôn giáo duy nhất không dựa vào sự mặc khải của Thượng đế hoặc vào niềm tin và sự hiến dâng cho Thượng đế hay bất kỳ thần linh nào khác. Điều này không có nghĩa đức Phật là người vô thần hay dị giáo. Ngài chưa hề tranh biện các học thuyết triết học hay thần học. Ngài đi thẳng vào trung tâm vấn đề, có nghĩa là làm thế nào để nhìn thấy sự thật. Ngài không bao giờ phí phạm thời gian cho những suy luận viễn vông.

Bằng cách khai triển một thái độ cách mạng như thế ta học được rất nhiều điều. Chẳng hạn một ngày nào đó ta bỏ lỡ mất bữa cơm trưa. Có thể ta không đói, có thể ta đã ăn rất nhiều vào buổi sáng, nhưng *ý nghĩ* bỏ lỡ bữa cơm trưa vẫn tác động đến ta. Những khuôn thước nào đó đã hình thành trong khuôn khổ của xã hội và ta có khuynh hướng chấp nhận chúng mà không hề thắc mắc. Chúng ta có thật sự bị đói, hay chúng ta chỉ muốn lấp đầy khoảng thời gian giữa buổi trưa? Đó là một ví dụ rất đơn giản và thẳng thắn. Tuy nhiên có nhiều điều như thế xảy ra khi ta đụng đến vấn đề tự ngã.

Đức Phật tìm ra rằng không có cái gọi là "tôi", tự ngã. Có lẽ ta nên nói rằng không có cái gọi là "là", "tôi là". Ngài tìm ra rằng tất cả những quan niệm, ý tưởng, hy vọng, sợ hãi, cảm xúc, kết luận này đều được tạo ra từ những tư tưởng có tính cách suy diễn cũng như sự thừa kế về mặt tâm lý của ta từ cha mẹ, sự nuôi dưỡng, vân vân. Chúng ta chỉ việc gom chúng lại, và dĩ nhiên điều này một phần là do thiếu khéo léo trong hệ thống giáo dục của chúng ta. Chúng ta được dạy bảo phải suy nghĩ cái gì, hơn là tự mình thật sự tìm tòi từ trong chính bản thân chúng ta. Vì thế, trong ý nghĩa đó tu khổ hạnh, tức những kinh nghiệm về nỗi đau của thân xác, hoàn toàn không phải là phần thiết yếu của Phật pháp. Điều quan trọng là vượt qua cái khuôn mẫu, các ý niệm tinh thần chúng ta đã hình thành. Điều đó không có nghĩa ta phải tạo ra một khuôn mẫu mới hay cố trở nên khác đi và luôn luôn đi mà không có bữa cơm trưa hay những gì ta có. Ta không phải lật ngược mọi thứ trong cách cư xử của ta và trong cách ta trình diện mình trước người khác. Làm thế cũng chẳng giải quyết được vấn đề nào cả. Cách giải quyết duy nhất là quán sát vấn đề thật thông suốt. Từ cái nhìn như thế ta có một ham muốn nào đó – hoặc không được mạnh mẽ như sự ham muốn – nhiều hơn là cảm giác muốn tuân phục điều gì đó. Và ta cũng không suy nghĩ được gì về điều đó, ta chỉ được dẫn dắt tới điều đó. Vì thế ta cần làm quen với ý tưởng *tỉnh giác*. Lúc đó ta có thể luôn luôn khảo sát chính bản thân ta, và vượt lên trên các ý kiến cũng như cái gọi là các kết luận thường thức. Ta cần phải học cách trở thành một nhà khoa học khéo léo và không chấp nhận điều gì cả. Mọi thứ phải được nhìn thấy qua kính hiển vi của chính ta và ta phải đạt đến những kết luận của riêng mình theo cách riêng của mình. Khi chưa làm được như thế, sẽ không có một đấng cứu rỗi, một đạo sư, một ân phước, hay một dẫn dắt nào có thể giúp được ta.

Dĩ nhiên luôn luôn có tình trạng khó xử như thế này: nếu không được trợ giúp thì ta sẽ là cái gì? Ta không là gì cả sao? Chúng ta không nỗ lực đạt đến một cái gì đó cao hơn sao? Cái cao hơn này là gì? Chẳng hạn, Phật quả là gì? Giác ngộ là gì? Chúng không là gì cả, hay chúng là cái gì đó? Tôi e rằng thật sự tôi không có thẩm quyền trả lời điều này. Tôi chỉ là một trong những người lữ hành, như mọi người khác ở đây. Nhưng từ kinh nghiệm của riêng mình – và như Kinh điển mô tả, hiểu biết của tôi chỉ giống như một hạt cát sông Hằng – tôi muốn nói rằng khi ta nói về các điều "cao hơn", ta thường có khuynh hướng suy nghĩ dựa vào quan điểm riêng của ta, một cái nhìn to lớn hơn về chính chúng ta. Khi ta nói về Thượng đế, ta có khuynh hướng suy nghĩ thông qua hình ảnh riêng của ta, chỉ có vĩ đại hơn, đồ sộ hơn, một loại phô trương chính tự thân chúng ta; giống hệt như chúng ta tự ngắm mình trong một tấm gương khuếch đại. Ta vẫn suy nghĩ theo cách nhị nguyên. Tôi ở đây. Thượng đế ở đó. Và lối chia sẻ duy nhất là cố yêu cầu Ngài giúp đỡ. Có thể trong những lúc nào đó chúng ta cảm thấy mình đang tiếp xúc với Ngài, nhưng dù sao đi nữa chúng ta vẫn thật sự không kết nối được bằng cách này. Chúng ta không bao giờ có thể đạt được sự kết nối với Thượng đế bởi vì có một quan niệm cố định, một kết luận lập sẵn mà chúng ta đã chấp nhận; và chúng ta chỉ đang cố đặt cái vĩ đại đó vào một bình chứa nhỏ nhắn. Ta không thể đưa một con lạc đà đi qua lỗ kim. Vì thế ta phải tìm những phương cách khác. Và cách tìm thấy duy nhất là trở lại công việc hoàn toàn đơn giản: khảo sát chính bản thân ta. Đây không phải vấn để cố gắng làm ra vẻ "tôn giáo" hoặc đoan chắc rằng ta tử tế với láng giềng của mình, hay bỏ tiền làm từ thiện càng nhiều càng tốt. Cho dù làm thế dĩ nhiên cũng có thể là rất tốt. Điều chính yếu là không nên chỉ chấp nhận mọi thứ một cách mù quáng và cố gắng nhét chúng vào một ngăn kéo phù hợp, mà ta phải nỗ lực nhìn thấy chúng trước tiên bằng chính kinh nghiệm của chúng ta.

Điều này dẫn ta đến việc tu tập thiền. Một điều rất quan trọng. Một điều khó chịu ở đây là ta thường thấy sách vở, các bài giảng, các bài diễn thuyết, vân vân, đều tập trung vào việc chứng thực rằng họ có lý, hơn là chỉ cho chúng ta thiền phải được tu tập *như thế nào*. Đó mới là điều cốt lõi nhất. Chúng ta không quan tâm lắm việc truyền bá giáo pháp. Thay vì thế, chúng ta quan tâm đến việc áp dụng chúng và đưa chúng vào thực hành. Thế giới đang chuyển dịch nhanh như thế và không có thì giờ để *chứng thực*, nhưng bất cứ cái gì chúng ta học, chúng ta phải mang nó về, nấu chín và ăn ngay lập tức. Vì thế toàn bộ vấn đề là ta phải nhìn bằng chính đôi mắt của mình và không chấp nhận bất cứ truyền thống nào định đặt sẵn cho dù truyền thống đó có chứa ma lực nào đi nữa. Không có điều mầu nhiệm nào có thể chuyển hóa chúng ta đúng như thế. Mặc dù, vì đầu óc máy móc, chúng ta luôn tìm kiếm cái gì đó chỉ khởi động bằng cách bấm nút. Có sự hấp dẫn lớn lao ở những con đường tắt, và nếu có một phương pháp thâm sâu nào đó có thể để ra một lối đi nhanh thì ta vẫn bám theo hơn là phải đảm đương những chuyến hành trình gian khổ và những sự tu tập khó khăn. Vì thế ở đây ta thấy được tầm quan trọng thật sự của khổ hạnh: tự hành hạ mình chẳng đi đến đâu, nhưng một vài công việc tay chân và sự nỗ lực của cơ thể thì cần thiết. Nếu chúng ta đi bộ ở nơi nào đó, chúng ta sẽ biết được đường đi trọn vẹn; nếu đi bằng xe hơi hay máy bay, chúng ta khó lòng biết được đường đi; nó chỉ là một giấc mơ. Tương tợ, để thấy được mô hình phát triển liên tục, chúng ta phải nắm bắt nó bằng tay. Đó là một trong những điều quan trọng nhất. Và ở đây kỷ luật trở nên cần thiết. Chúng ta phải rèn luyện chính mình. Dù lúc tập thiền hay trong đời sống hàng ngày, ta phải tập kiên nhẫn. Để bắt đầu cái gì đó ta thường chỉ nếm, rồi để nguyên; ta không bao giờ có thời gian để ăn và tiêu hóa kịp để nhìn thấy tác dụng của nó. Dĩ nhiên ta phải tự nếm để xem thật giả hay lợi hại thế nào, nhưng trước khi quẳng nó đi ta phải đi xa hơn một tí, để ít ra ta có được kinh nghiệm đầu tay của thời kỳ dự bị. Điều này cực kỳ cần thiết.

Đó cũng là những gì đức Phật đã tìm thấy. Và đó là lý do tại sao Ngài tọa thiền bên giòng sông Nairanjana trong nhiều năm, hầu như không đi khỏi chỗ. Ngài tọa thiền theo cách riêng của mình, và Ngài tìm thấy rằng trở lại thế gian là câu trả lời duy nhất. Khi Ngài tìm ra trạng thái tâm giác ngộ, Ngài ý thức rằng sống đời khổ hạnh và tự hành hạ mình chẳng có ích gì, thế là Ngài đứng lên đi xin thức ăn. Người đầu tiên Ngài gặp, ở gần Bodhgaya, là một phụ nữ giàu có sở hữu nhiều bò sữa. Bà cho Ngài sữa đặc đun sôi trộn với mật ong. Ngài uống và thấy rất ngon. Không chỉ thế, Ngài còn thấy sức khỏe và năng lực tăng lên, và kết quả là Ngài có thể đạt được tiến bộ lớn lao trong công phu tọa thiền. Điều tương tợ đã xảy ra trong trường hợp của Milarepa, nhà Đại du-già Tây tạng. Lần đầu ra ngoài và nhận được một bữa ăn được chuẩn bị ngon lành, Ngài thấy mình có được sức mạnh mới và có thể thiền định đúng đắn.

Lúc đó đức Phật tìm quanh một chỗ ngồi thoải mái sau khi thấy rõ rằng ngồi trên đá thì quá cứng và đau. Một người nông phu cho Ngài một bó cỏ kusa. Đức Phật rải quanh một góc cây ở Bodhgaya rồi ngồi xuống đó. Ngài khám phá ra rằng miễn cưỡng đạt thành cái gì đó không phải là câu trả lời, và thật vậy lần đầu tiên Ngài thừa nhận rằng không có gì để thành tựu. Ngài từ bỏ mọi tham vọng. Ngài đã uống sữa, đã có chỗ ngồi, và đã giúp bản thân thoải mái. Tối hôm đó cuối cùng Ngài đã đạt được chính giác (*sambodhi*), trạng thái giác ngộ hoàn toàn. Nhưng điều đó vẫn chưa đủ, Ngài chưa hoàn toàn hàng phục mọi thứ. Tất cả những nỗi sợ hãi, sự cám dỗ, và ham muốn dấu kín, sự trói buộc cuối cùng của tự ngã, đã xuất hiện dưới dạng Mara, kẻ xấu. Lúc đầu Mara cho những người con gái xinh đẹp của mình đến quyến rũ Ngài nhưng không thành. Và rồi xuất hiện những đoàn quân hung dữ của Mara, chiến thuật cuối cùng của tự ngã. Nhưng đức Phật đã đạt đến trạng thái của tâm từ (*maitri*). Nói cách khác, Ngài không chỉ từ bi theo nghĩa nhìn xuống Mara như một chúng sinh ngu muội – vì Mara là hình ảnh phóng xuất của chính Ngài – mà Ngài đã tựu thành trạng thái không đề kháng, trạng thái không bạo động, trạng thái mà Ngài đồng nhất được với Mara. Kinh điển nói rằng mỗi mũi tên của Mara trở thành một cơn mưa hoa rơi xuống trên thân Ngài. Thế là cuối cùng tự ngã đã đầu hàng và Ngài thành tựu giác ngộ. Tự thân chúng ta có thể có một kinh nghiệm như thế, có lẽ trong một thoáng trong sáng và an bình ngắn ngủi – trạng thái mở của tâm – nhưng điều đó chưa hoàn toàn đủ. Chúng ta phải học cách đưa trạng thái đó vào hiện thực, phải sử dụng trạng thái đó làm một loại trung tâm, từ đó chúng ta có thể vươn rộng ra. Ta phải tạo ra hoàn cảnh quanh ta, để ta không phải nói, "tôi là người giác ngộ." Nếu phải nói một điều như thế và phô diễn bằng ngôn ngữ thì ta không thật sự giác ngộ.

Rồi đức Phật bước đi trong vòng bảy tuần. Theo một nghĩa nào đó Ngài chỉ có một mình, và ta có thể nói Ngài là người rất cô độc, vì Ngài là người duy nhất đã nhìn thấy và đã thành tựu điều gì đó. Ngài đã biết được một số câu trả lời có liên quan đến đời sống và việc tìm ra ý nghĩa chân chính, hay *cái như thế*, trong thế giới luân hồi sinh tử. Nhưng Ngài không biết chắc làm thế nào để trình bày điều này và Ngài đã quyết định không nói ra. Trong kinh có một bài tụng nói rằng: "Sự yên bình sâu lắng không giới hạn, đó là giáo pháp ta đã tìm thấy. Nhưng không ai có thể hiểu được điều này, vì thế ta sẽ giữ im lặng ở trong rừng." Nhưng rồi sự hình thành đích thực và cuối cùng của lòng từ bi đã đến và Ngài thấy được khả năng tạo ra một hoàn cảnh thích hợp. Cho đến lúc đó Ngài vẫn có ý muốn giảng dạy (vì Ngài đã tựu thành cái gì đó, Ngài cảm thấy nên cứu vớt thế gian – nếu ta có thể dùng cách diễn tả như thế). Thế nhưng Ngài phải từ bỏ ý tưởng cứu vớt tất cả chúng sinh này. Rồi đúng lúc Ngài quyết định rời bỏ thế gian và trở lại rừng xanh thì lòng từ bi đích thực, không vị ngã, sinh khởi trong Ngài. Ngài không còn ý thức về mình là một bậc đạo sư, Ngài không còn có ý tưởng phải cứu vớt con người; thế nhưng bất cứ khi nào tự thân hoàn cảnh trình hiện thì Ngài đều giải quyết một cách tự nhiên.

Đức Phật giảng dạy trong khoảng bốn mươi năm, và suốt đời đi bộ khắp nước Ấn. Ngài không cõi voi, ngựa hay xe mà chỉ đi chân trần. Tôi nghĩ nếu có ai trong chúng ta được nhìn thấy Ngài hoặc nghe Ngài nói thì chắc chắn đó sẽ không phải là một bài pháp thoại như chúng ta biết, mà chỉ là một cuộc chuyện trò đơn giản. Điều quan trọng không phải là lời nói của Ngài mà là hoàn cảnh Ngài đã tạo ra. Chẳng phải vì Ngài đã thành tựu một sức mạnh tinh thần như thế, và nhờ thế đã chế ngự được toàn bộ hoàn cảnh, mà chỉ vì Ngài chân thật – giống như bất cứ ai trong chúng ta cũng đều có thể chân thật như thế. Vì vậy giáo pháp đã được giảng dạy trước khi Ngài mở miệng nói ra. Đó là lý do tại sao chúng ta thấy kinh điển nói rằng các thần linh, a-tu-la, và tất cả các hạng người từ những vùng khác nhau ở Ấn đã đến nghe Ngài nói, nhìn thấy Ngài và gặp mặt Ngài; và tất cả đều có thể hiểu Ngài. Họ không phải hỏi Ngài các câu hỏi nhưng tự nhiên họ đều nhận được các câu trả lời. Đó là một ví dụ tuyệt vời về sự cảm thông. Đức Phật không bao giờ cho rằng Ngài là hóa thân của Thượng đế hay bất cứ thần linh nào. Ngài chỉ là một con người đã thông suốt những điều nào đó và đã đạt được trạng thái giác ngộ của tâm. Bất cứ ai trong chúng ta cũng đều có thể, hay ít nhất cũng có một phần nào đó, khả năng có được một kinh nghiệm như thế.

Từ ví dụ trên ta thấy rằng nói năng không phải là phương tiện truyền đạt duy nhất. Sự truyền đạt đã có mặt trước khi chúng ta nói điều gì, cho dù đó chỉ là những câu nói thông thường "Xin chào", hay "Ông khỏe không?" Dẫu sao thì sự truyền đạt vẫn còn tiếp tục sau khi ta nói xong. Toàn bộ sự việc phải được điều động một cách khéo léo, bằng sự chân thật chứ không phải bằng sự quy ngã. Lúc đó sẽ không còn dấu vết của ý niệm nhị nguyên; và phương cách truyền đạt đúng đắn sẽ được hình thành. Điều này chỉ có thể đạt được nhờ vào kinh nghiệm tìm kiếm của chính chúng ta chứ không phải nhờ sự sao chép tấm gương của một người nào đó. Khổ hạnh hay bất cứ khuôn mẫu định sẵn nào đều không thể cho ta câu trả lời. Tự thân chúng ta phải thực hiện động thái đầu tiên hơn là mong đợi từ thế giới hiện tượng hay từ người khác. Nếu chúng ta đang hành thiền ở nhà và tình cờ nhận ra mình đang sống ở một đường phố lớn, chúng ta không thể bắt xe cộ phải dừng lại chỉ vì chúng ta muốn có sự thanh bình và yên tĩnh. Chúng ta có thể chặn đứng chính mình, chúng ta có thể chấp nhận tiếng ồn. Tiếng ồn cũng chứa đựng sự yên lặng. Chúng ta phải đặt mình vào đó và không mong đợi bất cứ điều gì từ bên ngoài, giống hệt như đức Phật đã làm. Và chúng ta phải chấp nhận bất cứ hoàn cảnh nào xảy ra. Chừng nào chúng ta không thoát ra khỏi hoàn cảnh thì nó vẫn luôn luôn trình hiện như một cỗ xe và chúng ta sẽ có thể sử dụng đến nó. Giống như kinh điển có nói: "Pháp tốt ở phần đầu, Pháp tốt ở phần giữa, Pháp tốt ở phần cuối." Nói cách khác, Pháp không bao giờ bị lỗi thời, vì từ căn bản hoàn cảnh thì luôn luôn như thế.

PHÂN BÓN KINH NGHIỆM
VÀ CÁNH ĐỒNG GIÁC NGỘ

Làm thế nào để sinh khởi bodhi, trạng thái giác ngộ của tâm? Luôn có một điều bất ổn lớn lao khi ta không biết phải bắt đầu như thế nào; và hình như ta đang bị vướng mắc không ngừng trong giòng chảy của cuộc đời. Một áp lực thường xuyên từ các ý tưởng, các ý tưởng miên man, cũng như sự mơ hồ và tất cả các loại ham muốn, vẫn liên tục xảy ra. Nếu ta nói theo cung cách của một gã đàn ông ngoài đường phố thì hình như y không còn cơ hội vì không bao giờ thật sự có thể quay nhìn lại chính mình. Trừ phi y đọc được một cuốn sách nào đó viết về chủ đề này rồi muốn bước vào một lối sống tu tập; nhưng dù có làm được như thế thì hình như y vẫn không có cơ hội, không có cách nào để bắt đầu. Người ta thường có khuynh hướng phân biệt sát sao đời sống tinh thần với cuộc sống hàng ngày. Họ sẽ gọi người này là "trần tục", người kia là "tâm linh", và họ thường có một sự phân chia thật nhanh và cứng nhắc giữa hai người. Vì thế nếu ta nói chuyện về thiền, về tỉnh giác và về sự hiểu biết thì một người bình thường, vốn chưa hề nghe đến những điều như thế, hiển nhiên sẽ chẳng có một ấn tượng nào cả, và có lẽ người đó sẽ không có đủ thích thú để chịu khó lắng nghe. Và vì sự phân chia như thế, người ta thấy rằng không thể nào bước được bước tiếp theo; và họ không bao giờ có thể thật sự kết nối với chính mình hay với người khác theo cách đặc biệt này. Giáo pháp, các huấn thị, các kinh văn huyền mật, có thể rất thâm áo, nhưng dù sao đi nữa họ cũng không bao giờ có thể thâm nhập được. Vì thế họ đụng phải bế tắc. Một người, hoặc "có khuynh hướng tâm linh" hoặc là "một con người trần tục"; và hình như chẳng còn cách nào để bắt cầu qua khoảng hở này. Tôi nghĩ đây là chướng ngại lớn khiến bodhi không sinh khởi. Cũng có trường hợp những người đã đi trên con đường này lại đâm ra nghi ngờ và muốn buông bỏ. Có lẽ họ nghĩ rằng họ sẽ hạnh phúc hơn nếu họ từ bỏ con đường và chỉ sống như một người chủ trương bất khả tri.

Vì thế có cái gì đó không hoàn toàn trôi chảy, không nối

kết được cái này với cái kia; và đây là điều ngăn không cho bodhi của chúng ta sinh khởi. Vì thế chúng ta phải tìm hiểu vấn đề này. Chúng ta phải cung cấp những manh mối nào đó cho những người sống ở phố, một cách tìm kiếm nào đó, một khái niệm nào đó mà họ có thể hiểu, một khái niệm có liên quan đến đời sống của họ và sẽ là một phần của cuộc sống họ. Dĩ nhiên không có mật ngữ hay phép lạ nào có thể đột nhiên thay đổi tâm trí họ. Ta ước ao chỉ nói vài câu là có thể làm cho người khác ngộ ra; thế nhưng ngay cả những bậc thầy vĩ đại như Chúa hay Phật cũng không thể làm được điều kỳ diệu này. Các ngài phải luôn luôn tìm kiếm cơ hội thích hợp và tạo ra hoàn cảnh thích hợp. Nếu ta khảo sát tính tình của một người và nghiên cứu các chướng ngại, các khó khăn thì càng ngày ta càng đi xa hơn mà thôi, bởi vì ta đang cố tháo một nút thắt đã có sẵn ở đó, và phải mất hàng đời hàng kiếp mới giải được tình trạng hỗn độn rối ren này. Vì thế ta phải tiếp cận từ một góc độ khác và khởi đầu bằng việc chỉ chấp nhận tính tình của người đó cho dù cái tâm người đó rất trần tục đi nữa. Và rồi chúng ta chọn một lĩnh vực hoạt động hay tinh thần nào đó của họ và dùng nó như một nấc thang, một cái neo, một cỗ xe, để ngay cả con người sống ở phố đó cũng có thể sinh khởi bodhi. Hoàn toàn đúng khi nói Đức Phật là một con người giác ngộ, và Ngài đang tiếp tục sống như thể tính và như Giáo pháp của một vị Phật – quy luật phổ quát nằm trong tất cả mọi cái. Và cũng hoàn toàn đúng khi nói Tăng-già là cộng đồng cao nhất và rộng mở nhất có thể tác động đến mọi cái. Thế nhưng phần lớn con người vẫn không bao giờ có thể nghĩ đến việc an trú trong đó. Vì thế, dù gì đi nữa ta vẫn phải tìm ra cách tiếp cận đúng đắn. Và ta luôn tìm thấy rằng mỗi người đều có trong bản thân mình một tính chất đặc biệt. Một người có thể bị xem như chẳng có chút thông minh, chẳng có chút tính người nào cả, nhưng thật ra mỗi người đều có tính chất đặc biệt riêng của mình. Đó có thể là một loại bạo lực hay lười biếng khủng khiếp, nhưng ta phải chấp nhận tính chất đó và không nhất thiết phải xem đó là lỗi lầm hay chướng ngại. Bởi vì chính bodhi có ở trong người đó; nó là hạt giống, hay đúng hơn là trọn vẹn tiềm thể tạo ra sự sinh khởi – người đó đã ngập tràn bodhi. Như một bản kinh đã nói, "Vì Phật tính bàng bạc khắp mọi hiện hữu nên không có gì không thể giác ngộ."

Cuốn kinh này được biên soạn sau khi đức Phật nhập niết-bàn. Trong thế giới chư thiên và loài người tất cả đều bắt đầu hoài nghi không biết Phật pháp có trụ thế được không, vì hình như khi người thầy tuyệt vời đã ra đi thì tất cả còn lại chỉ là một nhóm nhà sư khất thực; và hình như họ không làm được nhiều việc lắm, hoặc họ không có khả năng làm được như thế. Vì thế một vị đệ tử mới than khóc nói rằng giờ đây thế giới sinh tử luân hồi sẽ quay vòng mãi mãi với những đợt sóng tham lam, sân hận, si mê; chúng ta sẽ không bao giờ có cơ hội được nghe lời dạy và giáo huấn của đức Phật, chúng ta lại ngập chìm vào bóng đêm. Vậy thì chúng ta sẽ làm gì? Và khi than thở như vậy thì câu trả lời đã đến với ông: Đức Phật không bao giờ chết, lời dạy của Ngài luôn luôn hiện hữu và việc sinh-tử của Ngài chỉ là một quan niệm, một ý tưởng. Thật vậy, không ai bị loại trừ và tất cả chúng sinh – bất cứ chúng sinh nào có ý thức, bất cứ ai có tâm hay căn bản tâm – tất cả đều có thể hành đạo bồ-tát, bất cứ ai cũng có thể trở thành con người giác ngộ.

Trong ý nghĩa này, không có gì gọi là "mật giáo", hay một giáo pháp chỉ dành cho một ít người. Về giáo pháp, nó luôn luôn khai mở; thật vậy, khai mở, bình dị và đơn giản đến độ nó được chứa đựng trong tính tình của con người đó. Anh ta có thể quen thói say sưa, quen thói bạo hành, nhưng tính chất đó chính là tiềm năng của anh ta. Và để giúp bodhi của anh ta sinh khởi, trước hết ta phải kính trọng tính chất của người đó và mở rộng trái tim của ta trước sự bạo hành của anh ta. Rồi chúng ta phải đi vào anh ta trọn vẹn và tôn trọng anh ta để khía cạnh sinh động, mạnh mẽ của tính bạo hành có thể được vận dụng để phục vụ làm khía cạnh năng lượng của đời sống tâm linh. Bằng cách này bước đầu tiên đã được thực hiện và gạch nối đầu tiên đã được lập thành. Có thể người đó cảm thấy rất tồi tệ, rằng anh ta đang làm cái gì đó xấu xa, hoặc cái gì đó không đúng đắn lắm. Anh ta có thể cảm thấy mình có những khó khăn lớn, có một vấn đề cần giải quyết. Nhưng anh ta không giải quyết được, và có lẽ trong khi kiếm tìm một giải pháp anh ta chỉ thay thế những hoạt động đã từ bỏ bằng những hoạt động khác. Vì thế chính nhờ những điều đơn giản, trực tiếp và tầm thường trong tâm và sự cư xử của anh ta mà anh ta đạt được sự chứng đắc trạng thái tâm giác ngộ của mình.

Dĩ nhiên ta không thể áp dụng điều này theo cách chung chung. Chẳng ích gì khi phổ quát hóa hay cố gắng giải thích các khái niệm triết học cho một người ở trong tình trạng như anh ta. Ta phải tìm hiểu thời khắc đặc biệt của người đó, chính cái thời khắc của cái bây giờ. Và luôn luôn có một loại tia sáng, một loại khe hở. Tính khí của anh ta không chỉ là một điều. Có cách cư xử năng động, rồi lại thụ động, rồi năng động, liên tục thay đổi. Thời khắc đầu tiên tạo ra và sinh khởi thời khắc kế tiếp. Vì thế luôn luôn có một khoảng hở giữa hai thời khắc, và ta có thể lấy đó làm điểm xuất phát. Có lẽ ta phải bắt đầu với dạng lý thuyết nào đó, bởi vì nếu không tôn trọng luân hồi sinh tử, thế giới của sự mê mờ, thì ta không thể khám phá trạng thái giác ngộ của tâm, hay niết-bàn. Bởi vì luân hồi sinh tử là lối vào, là cỗ xe dẫn đến niết-bàn. Vì thế ta nên nói rằng tính chất bạo hành là tốt. Đó là một điều tuyệt vời, là cái tích cực. Và rồi anh ta bắt đầu ý thức được điều này, cho dù lúc đầu có thể bối rối và tự hỏi có gì tốt trong đó. Tuy nhiên, dù thế nào đi nữa nếu vượt qua được phần quyến rũ của nó thì ít ra anh ta cũng bắt đầu cảm thấy tốt đẹp; và bắt đầu ý thức mình không phải là một "tội nhân" mà là có cái gì đó rất tích cực trong con người mình. Điều này giống hệt như khi ta tập thiền. Ta có thể bắt đầu phát giác những điểm yếu của chính mình, có thể dưới một dạng rất nhẹ nhàng, chẳng hạn như ta đang bị tán tâm hay đang trù tính chuyện tương lai, và rồi một số điều nào đó bắt đầu xuất hiện, và rồi dường như ta đang ngồi để suy tính về những điều này hơn là chăm chú hành thiền. Nhờ thế ta đã khám phá ra một số điều nào đó, và điều này rất có giá trị, nó cung cấp cho ta một cơ hội tuyệt vời.

Kinh sách thường để cập đến việc nếu không có các lý thuyết, không có các quan niệm thì ta chẳng khởi đầu được gì cả. Vì thế hãy khởi đầu bằng các quan niệm và rồi xây dựng lý thuyết. Và khi ta đã dùng cạn lý thuyết thì nó sẽ dẫn dần mở đường đến trí huệ, đến sự hiểu biết bằng trực giác; và sự hiểu biết đó cuối cùng sẽ nối kết với thực tại. Vì thế, để bắt đầu, ta nên thật thoải mái, đừng đối kháng điều gì cả. Ví dụ, nếu muốn giúp đỡ người khác thì ta sẽ làm theo hai cách: một là ta giúp vì ta muốn họ trở nên khác đi, ta muốn họ giống như khuôn mẫu mà ta đã định sẵn, ta muốn họ đi theo con đường của ta. Đó là lòng từ bi kèm theo tự ngã, từ bi có mục đích, từ bi với những kết quả làm lợi cho ta – và đó không hẳn là lòng từ bi chân thật. Cách giúp đỡ người khác như thế có thể là rất tốt; tuy nhiên cái kiểu muốn cứu vớt thế gian và mang lại hòa bình đầy cảm tính như thế thì chưa đủ; phải nhiều hơn thế nữa, phải sâu hơn thế nữa. Vì thế trước tiên ta phải bắt đầu bằng việc tôn trọng các khái niệm và rồi hãy xây dựng từ đó. Mặc dù trong giáo lý nhà Phật các khái niệm thường được xem như một chướng ngại, nhưng chướng ngại không có nghĩa là ngăn ngại tất cả mọi cái. Nó là một chướng ngại, nhưng nó cũng là một cỗ xe – nó là tất cả. Vì thế ta phải đặc biệt chú ý đến các khái niệm.

Kinh nói rằng (tôi nghĩ là kinh *Lankavatara Sutra*) những nông phu vụng về vứt bỏ rác thải và mua phân bón từ những nông phu khác, nhưng những người khéo léo lại đi gom rác thải cho dù hôi hám bẩn thỉu, và đến khi dùng được thì họ lại rải lên đất để làm phân bón cho các vụ mùa. Đó là cách làm khéo léo. Đức Phật dạy rằng cũng theo cách như thế những người vụng về sẽ phân chia các thứ thành thanh tịnh và bất tịnh, và sẽ cố vứt bỏ luân hồi sinh tử mà tìm kiếm niết-bàn, nhưng những ai là bồ-tát thiện xảo thì sẽ không vứt bỏ tham, sân, si, vân vân, mà trước tiên là gom chúng lại. Điều này có nghĩa trước tiên ta nên nhận ra và thừa nhận chúng, tìm hiểu chúng và chứng ngộ chúng. Vì thế những vị bồ-tát thiện xảo sẽ thừa nhận và chấp nhận mọi thứ tiêu cực này. Và lần này họ thật sự biết rằng họ có tất cả những thứ khủng khiếp này ở trong họ, và mặc dù thật khó khăn và mất vệ sinh để làm thế, nhưng đó là cách duy nhất để bắt đầu. Và rồi họ sẽ rải chúng lên cánh đồng giác ngộ. Sau khi tìm hiểu tất cả các khái niệm và các điều tiêu cực này, họ sẽ không lưu giữ chúng nữa vào thời điểm thích hợp mà sẽ rải chúng và dùng chúng làm phân bón. Vì thế, từ những thứ bất tịnh này sẽ nảy sinh hạt giống chứng ngộ. Đây là cách ta tạo ra sự sinh khởi. Và chính ý tưởng cho rằng các khái niệm thì xấu, hay những điều như thế này như thế kia là xấu, sẽ chia cắt cái toàn thể, với kết quả là ta không còn lại gì để hành xử. Trong trường hợp đó, hoặc là ta chắc hẳn phải rất hoàn hảo hoặc phải chiến đấu chống lại chúng và cố loại trừ tất cả. Nhưng khi ta có thái độ thù hằn như thế và cố đàn áp chúng thì mỗi lần ta loại trừ được một thứ, một thứ khác lại vọt ra thế chỗ; và khi ta tấn công cái mới vọt ra này thì một cái khác lại vọt lên từ một nơi nào đó. Đây là trò đùa thường xuyên xảy ra của tự ngã để khi ta cố gắng tháo gỡ một nơi nào đó của cái nút thắt thì ta lại kéo căng sợi dây và làm cho nó thắt chặc thêm ở nơi khác; và ta luôn dính mắc trong đó. Vì thế, vấn đề là đừng có đánh nhau nữa, đừng cố gắng loại trừ điều xấu và chỉ đạt đến điều tốt, mà hãy tôn trọng và thừa nhận chúng. Vì thế lý thuyết và các khái niệm thì rất tốt, như một loại phân bón tuyệt vời. Qua hàng ngàn hàng vạn kiếp sống, ta đã gom góp nhiều rác rưởi đến độ giờ đây ta đã có một lượng lớn phân bón tuyệt vời. Trong đó có đủ các thứ, vì thế ta nên sử dụng chúng, và thật xấu hổ nếu ta vứt chúng đi. Bởi vì nếu ta vứt đi thì trọn vẹn đời sống trước đó cho đến ngày hôm nay, có lẽ là hai mươi, ba mươi hay bốn mươi năm sẽ bị uổng phí. Không những thế mà các đời trước, đời này và những đời sau nữa sẽ bị uổng phí, và ta sẽ có một cảm giác thất bại. Tất cả sự chiến đấu đó và tất cả sự gom góp đó sẽ bị uổng phí và ta cứ phải bắt đầu lại từ đầu mãi. Như vậy sẽ có một cảm giác tuyệt vọng lớn lao, và đó sẽ là một thất bại nhiều hơn là sự thủ đắc bất cứ điều gì. Vì thế ta phải tôn trọng cái kiểu liên tục đó. Có thể ta đã tách ra khỏi nguồn gốc và tất cả mọi thứ có lẽ đã xảy ra. Đó không thể là những điều tốt đẹp được. Chúng tiêu cực và ít được mong muốn. Ở giai đoạn này có những cái tốt và cái xấu; tuy nhiên sự gom góp này chứa đựng những cái tốt được ngụy trang như là xấu và những cái xấu được ngụy trang như là tốt.

Ta phải tôn trọng cái kiểu tiếp diễn của tất cả các đời sống trong quá khứ và phần đầu cuộc sống hiện tại cho đến ngày hôm nay của ta. Và có một kiểu mẫu tuyệt vời ở trong đó. Đã có một giòng chảy rất mạnh nơi nhiều giòng suối tụ lại trong một thung lũng. Con sông này rất tốt vì chứa đựng những giòng suối mạnh mẽ đang chảy trong đó; vì thế, thay vì cố chặn đứng giòng chảy thì ta nên hòa nhập và sử dụng nó. Điều này không có nghĩa ta nên tiếp tục gom góp những thứ này mãi. Bất kỳ ai làm thế đều sẽ thiếu tỉnh giác và trí huệ; người ấy có lẽ đã không hiểu được ý tưởng gom góp phân bón. Người ấy có thể gom lại rác rưởi và nhìn nhận giá trị của chúng. Và khi nhận ra được giá trị của chúng, có lẽ người đó đã đạt đến một điểm nào đó và hiểu rằng phân bón đã sẵn sàng để dùng.

Có một câu chuyện trong giáo lý Mật tông (*Tantra*) về hai người bạn thân. Cả hai đều muốn đi tìm chân lý. Họ đến gặp một vị thầy, và vị thầy nói: "Đừng buông bỏ bất cứ điều gì. Hãy chấp nhận tất cả. Và một khi đã chấp nhận rồi thì hãy sử dụng chúng đúng cách." Và người thứ nhất nghĩ: "À, điều này thật tuyệt vời. Ta có thể tiếp tục làm như ta đang làm." Thế là anh ta xây hàng trăm nhà thổ, hàng trăm tiệm bán thịt, và hàng trăm chỗ ăn nhậu, những việc phong tục Ấn xem như chỉ dành cho giới hạ lưu. Anh ta bắt đầu điều hành công việc buôn bán lớn này và nghĩ rằng đó là điều vị thầy muốn anh ta làm. Nhưng người bạn kia lại không nghĩ làm như thế là đúng nên đã tập trung vào chính bản thân mình; và nhờ quán sát như thế, người này đã đi đến kết luận rằng mình có đầy đủ các thứ và không phải tích góp thêm nữa. Anh ta không phải thực hành bất cứ thiền định nào thêm nữa, mà bằng vào việc thừa nhận vốn liếng đã có được, anh ta tựu thành giác ngộ hay ít ra cũng là một giai đoạn nào đó của sự chứng đắc, một loại satori. Thế rồi một hôm hai người gặp lại nhau. Họ nói chuyện và so sánh kinh nghiệm của nhau. Người thứ nhất chẳng giác ngộ chút nào cả; anh ta vẫn đang chiến đấu, vẫn gom góp và làm những việc như thế. Thật ra anh ta đã rơi vào một cái bẫy tệ hại hơn và đã không bắt đầu được ngay cả việc quán sát thân tâm. Thế nhưng cả hai đều đoan chắc mình đúng; vì thế họ quyết định đi hỏi vị thầy. Và vị thầy nói với người đang điều hành việc mua bán: "Ta sợ rằng cách làm của con không đúng." Và anh ta tuyệt vọng đến độ đã rút gươm giết chết người thầy ngay tại chỗ.

Có hai cách tiếp cận có thể xảy ra, và có lẽ có sự mơ hồ nào đó giữa hai cách này. Tuy nhiên, nếu có người đủ khéo – không nhất thiết phải thông minh – và đủ kiên nhẫn để sàng lọc các loại rác rưởi của mình rồi tìm hiểu tường tận thì sẽ có thể sử dụng chúng. Vì thế, trở lại chủ đề về các quan niệm, vốn là một ví dụ rất quan trọng, thì ý tưởng đàng sau nó là phát triển một cái nhìn tích cực và nhận ra gia tài vĩ đại của mình. Và sau khi đã nhận ra các quan niệm và ý tưởng của mình thì ta cũng phải, theo một ý nghĩa nào đó, khai thác chúng. Ta thường có khuynh hướng cố buông bỏ hoặc ném chúng đi. Thế nhưng, ta nên khai thác chúng, không phải theo nghĩa đọc nhiều sách hơn, có nhiều cuộc thảo luận và tranh cãi triết học hơn – đó là cách tiếp cận khác, cách tiếp cận của người bạn điều hành việc kinh doanh – mà đơn giản là ta chỉ cần biết rõ số tài sản ta đã có. Giống như một người muốn mua cái gì đó thì trước hết phải kiểm soát xem mình có bao nhiêu tiền; hoặc giống như tìm đọc lại cuốn nhật ký cũ để thấy những giai đoạn phát triển khác nhau của mình; hoặc leo lên tầng mái và mở hết các chiếc hộp cũ để tìm những con búp-bê và các món đồ chơi khi ta mới lên ba, rồi nhìn và quan sát chúng với bao kỷ niệm gợi nhớ. Bằng cách này ta có một hiểu biết trọn vẹn về những gì chúng ta là, và điều này quan trọng hơn là tiếp tục tạo tác thêm. Cốt tủy của sự chứng đắc không phải là chỉ cố hiểu cho được trạng thái giác ngộ và tảng lờ các mặt khác, vì đó chỉ là cách tự lừa dối mình. Như ta biết, ta là người bạn tốt nhất của chính ta, người bạn gần gũi nhất của chính ta, ta là người cùng hội cùng thuyền với chính ta. Ta biết những yếu đuối và bất nhất của chính ta, ta biết bao nhiêu sai lầm đã phạm, ta biết mọi cái từng chi tiết, vì thế thật vô ích khi cố gắng giả vờ ta không biết, hay cố gắng đừng nghĩ đến mặt kia mà chỉ nghĩ đến mặt tốt; điều đó chỉ có nghĩa ta đang tích chứa thêm rác rưởi của mình. Và nếu ta tích chứa kiểu đó, ta sẽ không có đủ phân bón để thu hoạch một vụ mùa từ cánh đồng tuyệt vời của giác ngộ. Vì thế ta nên xuyên suốt và tìm hiểu lại ngay cả thời thơ ấu của mình; và dĩ nhiên nếu ta có khả năng nhớ lại những kiếp trước thì ta nên làm như thế và cố gắng hiểu hết.

Có một câu chuyện về Brahma. Một hôm ông đến nghe đức Phật thuyết pháp. Đức Phật hỏi, "Ông là ai?" Và lần đầu tiên Brahma bắt đầu nhìn và kiểm tra chính bản thân mình (Brahma biểu trưng cho tự ngã); và lần đầu tiên khi nhìn vào chính mình ông đã không thể nào chịu đựng được. Ông nói, "Tôi là Brahma, là Brahma vĩ đại, là Brahma tối thượng." Vì thế đức Phật hỏi, "Tại sao ông đến nghe tôi?" Và Brahma nói, "Tôi không biết." Bấy giờ đức Phật bảo ông, "Bây giờ hãy nhìn vào quá khứ của ông." Thế là Brahma, với khả năng kỳ diệu nhìn thấy được nhiều kiếp trong quá khứ, bắt đầu nhìn; và ông không chịu đựng được. Ông chỉ cảm thấy bàng hoàng rồi bật khóc trước mặt đức Phật. Lúc đó đức Phật nói, "Tốt lắm, tốt lắm, Brahma! Như thế là tốt lắm." Như chúng ta biết, đó là lần đầu tiên Brahma sử dụng khả năng kỳ diệu của ông để nhìn về quá khứ xa xôi, và nhờ thế ông đã thấy rõ mọi điều. Điều này không có nghĩa ta bị xuống tinh thần và cảm thấy bi đát về điều gì đó. Điều quan trọng là kiểm tra và xuyên suốt mọi thứ để không có gì không được nhìn thấy rõ ràng. Sau khi đã bắt đầu như thế ta có một cái nhìn trọn vẹn về sự vật – giống như cái nhìn từ không trung có thể bao quát được toàn bộ cảnh vật – và không có bất cứ điều gì ta giả vờ không nhìn thấy.

Ta cũng phải quán sát nỗi sợ hãi và sự mong đợi. Nếu ta sợ chết, ta phải quán sát nỗi sợ đó. Nếu ta sợ già, ta phải quán sát nỗi sợ đó; nếu thấy khó chịu về điều gì đó xấu xa trong chính mình, về sự bất lực hay suy nhược nào đó thì ta cũng phải quán sát hết. Và ta cũng phải quán sát hình ảnh tinh thần của chính ta và bất cứ điều gì ta cảm thấy không tốt. Mới đầu sẽ rất đau khổ – giống như Brahma đã chứng thực điều đó qua sự suy sụp của ông – trong lần đầu tiên ta xuyên suốt và nhìn thấy; nhưng đây là cách hành xử duy nhất của ta. Đôi khi ta chạm phải một nơi rất đau đớn, nơi ta gần như hổ thẹn không muốn nhìn thấy, nhưng dù sao thì ta cũng không được lờ đi. Và nhờ quán sát kỹ càng nên cuối cùng ta đã thật sự điều khiển được chính ta, hiểu biết thông suốt được chính ta lần đầu tiên. Bây giờ ta đã biết các mặt tiêu cực, và có lẽ cũng đã có ý tưởng nào đó về mặt tích cực. Ta vẫn chưa đạt được cái gì cả, ta chỉ vừa bắt đầu gom phân bón. Bây giờ ta phải tìm hiểu thật kỹ và xem sử dụng như thế nào. Đến đây ta đã phát triển được một cái nhìn tích cực và đã có một lượng hiểu biết nào đó; và đó là cái được biết đến như là *lý thuyết đích thực*. Đó vẫn là lý thuyết, nhưng ta đừng vứt xuống nước. Thật vậy, ta khai thác lý thuyết này và trí não của ta vẫn hoạt động miệt mài, dĩ nhiên là chỉ mới động não đến một mức nào đó; vẫn miệt mài – và không cần phải nhờ đến sách vở, các buổi thuyết giảng hay bàn luận. Đó là một loại suy tư và học hỏi đầu tay. Lý thuyết của ta lúc đó bắt đầu phát triển và được định hình. Và rồi ta bắt đầu khám phá không chỉ các điều tích cực đã làm mà còn cả yếu tố giác ngộ ở trong ta. Ta bắt đầu ý thức ta có khả năng lớn lao để sáng tạo một lý thuyết tuyệt vời như thế. Ở giai đoạn này dĩ nhiên ta thường cảm thấy mình đã đạt được trạng thái giác ngộ, một trạng thái satori; thế nhưng đó chỉ là một sự nhầm lẫn. Dĩ nhiên trong khám phá đầu tiên này ta thấy rất phấn khích, rất vui vẻ, thế nhưng ta vẫn phải đi tiếp. Vì thế, sau khi đã thấu suốt những điều này, đã tìm hiểu và khám phá chúng, ta thấy rằng lý thuyết của ta không có dừng lại, như lý thuyết thông thường dừng lại sau khi đọc xong một cuốn sách viết về triết học – hay kinh điển. Trái lại, lý thuyết của ta vẫn tiếp tục. Có một sự tìm tòi liên tục, một sự khám phá liên tục. Dĩ nhiên lý thuyết này thỉnh thoảng cũng có dừng lại. Ta đạt đến một điểm nào đó khi ta trở nên bị cuốn hút bởi toàn bộ sự việc, ta tìm kiếm với quá nhiều háo hức, và rồi ta dừng lại, không thể đi tiếp được nữa. Điều đó không có nghĩa sự suy sụp hay trắc trở đã xảy ra, mà chỉ có nghĩa ta đang đổ quá nhiều công sức cho một ý tưởng, ta đang cố gắng quá nhiều với cái tâm tìm kiếm. Lúc đó ta phải chuyển hướng khác đi, không nôn nóng, không lôi cuốn, bước từng bước một – như kinh nói: với bước chân voi. Ta phải bước đi thật chậm, không ủy mị, mà thật uy nghi, từng bước một, như con voi bước đi trong rừng.

Vì thế cuộc chiến đấu miệt mài của ta có thể rất chậm chạp, nhưng Milarepa nói, "Hãy vội vàng một cách chậm rãi và chẳng mấy chốc các ông sẽ đến nơi." Vào lúc này, lý thuyết không còn là lý thuyết nữa. Nó cũng là một loại tưởng tượng. Rất nhiều điều tưởng tượng xảy ra. Và sự tưởng tượng này có thể chỉ là hoang tưởng; nhưng một lần nữa, ta không được loại bỏ nó. Ta không được xem nó là tà đạo, làm như ta cần phải quay về chánh đạo, mà đúng ra là ta phải tận dụng sự tưởng tượng. Vì thế lý thuyết mang lại sự tưởng tượng, vốn là khởi đầu của cái biết bằng trực giác. Lúc đó ta khám phá rằng ta có một khả năng tưởng tượng rất lớn, và vì thế ta cứ đi tiếp, từng bước một. Ở giai đoạn kế tiếp ta vượt qua sự tưởng tượng; và điều này không có gì hoang tưởng cả. Có cái gì đó trong ta chân thật hơn sự tưởng tượng, cho dù vẫn mang màu sắc của tưởng tượng. Bằng cách nào đó nó vẫn được trang sức bằng những đường nét tưởng tượng, nhưng đồng thời vẫn có cái gì trong đó. Nó giống như đọc một cuốn sách dành cho trẻ con; ví dụ thế. Cuốn sách viết cho trẻ con và toàn chuyện tưởng tượng, nhưng vẫn có cái gì trong đó. Có lẽ tác giả đơn giản hóa kinh nghiệm của mình, hoặc cố làm như trẻ con, nên ta vẫn tìm thấy có cái gì trong đó; và bất cứ câu chuyện nào cũng đều có cái tương tợ như thế. Và sự tưởng tượng đó không phải là hoang tưởng mà là sự tưởng tượng thật sự. Nếu ta nhìn lại lý thuyết, hay truy tìm những bước đi đầu tiên của ta – điều này có thể hình như hơi mệt mỏi, thậm chí không cần thiết – nhưng sự thật thì không phải thế. Ta không uổng phí thời gian chút nào cả.

Ta đã rải phân bón rất đều trên đồng ruộng và bây giờ là lúc gieo hạt và chờ vụ mùa tăng trưởng. Đó là sự chuẩn bị ban đầu, và bây giờ ta sẵn sàng để khám phá. Và sự khám phá đó bắt đầu phát triển. Có nhiều chuyện ta muốn hỏi và nhiều điều vẫn không rõ ràng lắm. Nhưng thật ra ở giai đoạn này ta thật sự không cần phải hỏi gì cả. Có lẽ ta chỉ cần người nào đó bên ngoài nói rằng nó là thế đấy cho dù câu trả lời đã sẵn trong ta. Câu hỏi giống như lớp vỏ bên ngoài, giống vỏ củ hành, và khi ta bóc nó đi thì câu trả lời có ở đó. Đây là điều Asanga, nhà triết học và luận lý học vĩ đại của Phật giáo, gọi là "cái tâm trực giác". Trong loại tâm trực giác này, nếu ta nghiên cứu kỹ luận lý học đích thực, ta thấy rằng những câu trả lời – và thái độ của người đối lập – đã có trong ta. Vì thế ta không phải tìm kiếm câu trả lời, vì câu hỏi chứa đựng câu trả lời trong đó. Việc cần làm là hãy đào sâu vào. Đó là ý nghĩa đích thực của luận lý học. Ở giai đoạn này ta đã đạt đến một loại tình cảm nào đó; sự tưởng tượng trở thành một loại tình cảm. Và với tình cảm đó dường như ta đã đến được lối vào.

SỰ TRAO TRUYỀN

Vì thế, sau mọi thứ chuẩn bị thì cuối cùng ta đã sẵn sàng phát khởi sự giác ngộ. Việc kế tiếp cần phải làm là đến gặp một guru, và nhờ ông chỉ dẫn trạng thái giác ngộ – ta hãy làm như ông đang cất giữ của cải của ta, làm như ai đó đang sở hữu của cải của ta, và ta đang xin họ trả lại. Đúng vậy, đó là điều đang xảy ra, và ta phải thực hành một loại lễ nghi nào đó. Khi ta hỏi, thầy ta sẽ chỉ dẫn cho ta. Điều này được gọi là sự trao truyền. Từ ngữ *trao truyền* hay *abhisheka* đặc biệt được dùng trong Kim cang thừa và giáo pháp Du-già Phật giáo. Nó được dùng nhiều trong truyền thống Tây tạng và trong cả Thiền tông. Trao truyền không có nghĩa thầy ta đang trao cho ta kiến thức hay những khám phá của ông – điều đó không thể thực hiện được. Ngay cả đức Phật cũng không thể làm được. Tuy nhiên, toàn bộ vấn đề là ta hãy ngưng tích góp bất cứ cái gì nữa, và chỉ tìm cách làm trống rỗng bất cứ cái gì ta có. Và để tránh tích góp bất cứ cái gì thêm nữa, để tránh sạt điện cho tự ngã, ta cần hỏi xin người ngoài cho ta cái gì đó, để cảm thấy rằng ta đã được ban cho cái gì đó. Lúc đó ta sẽ không xem đó là của cải của ta được người đó trả lại, mà là cái rất quý giá của người đó. Vì thế ta cũng phải biết tri ân thầy mình. Và đó là sự bảo vệ lớn lao chống lại tự ngã, vì ta không xem đó là cái được tìm thấy trong chính ta, mà là cái người khác ban cho ta. Thầy ta cho ta món quà này; mặc dù trong thực tại, như ta đã nói, sự trao truyền không phải là cái được trao cho ta mà nó chỉ được tìm thấy trong chính ta. Tất cả những gì thầy ta có thể làm là tạo ra một hoàn cảnh. Ông sẽ tạo ra hoàn cảnh đúng, và nhờ hoàn cảnh này và môi trường này mà tâm trí của người học trò cũng sẽ ở trong tình trạng đúng, bởi vì anh ta đã ở đó. Nó giống như đi xem hát: mọi thứ đã được làm sẵn cho ta – ghế ngồi, sân khấu, vân vân – vì thế khi bước vào đó ta tự động cảm thấy rằng ta đang tham dự một sự vụ đặc biệt nào đó. Bất cứ khi nào ta đi đến một nơi và tham gia cái gì đó, ta đều trở thành một phần của nó bởi vì hoàn cảnh đã được tạo ra. Trong trường hợp trao truyền thì hoàn cảnh có hơi khác, tuy nhiên vẫn có một hoàn cảnh. Có thể thầy ta sẽ không nói gì cả, hoặc có lẽ thầy ta sẽ giải thích rất dong dài để tài nào đó, hoặc có thể sẽ thực hành một nghi lễ nào đó, hoặc cũng có thể làm cái gì đó rất tức cười.

Có câu chuyện kể về Niropa, một pandit Ấn-độ vĩ đại, một mahapandita (*Đại Hiền triết*), của trường Đại học Nalanda. Ông là một pandit vĩ đại vào thời kỳ đặc biệt đó của lịch sử Phật giáo. Ông được biết đến như là pandit vĩ đại của Ấn – cũng như của toàn bộ thế giới thuộc lãnh vực đó. Ông thuộc lòng tất cả các thánh điển, hiểu biết tất cả triết học và mọi thứ, nhưng ông không vừa lòng với chính mình; vì ông chỉ nói ra những gì ông đã học mà không bao giờ thật sự học được chiều sâu của nó. Thế rồi, một hôm đang tản bộ trong hành lang nhà trường ông tình cờ nghe được một nhóm ăn mày trò chuyện bên lối vào chính. Ông nghe họ nói có một đại sư du-già tên là Tilopa, và khi nghe cái tên này ông hoàn toàn chắc rằng đó chính là guru đích thực của ông, vì thế ông quyết định đi tìm ngài. Ông cho những người ăn mày thức ăn và hỏi xem Tilopa sống ở đâu. Họ chỉ chỗ cho ông nhưng ông cũng đã phải mất khoảng mười hai tháng tìm kiếm. Mỗi lần ông tưởng đã tìm ra đúng chỗ thì người ta lại bảo ông ấy đã đi nơi khác. Cuối cùng ông đến một làng đánh cá nhỏ và hỏi thăm về Đại hành giả du-già Tilopa. Một ngư dân nói, "À, tôi không biết 'đại hành giả du-già' gì cả, nhưng có một người tên Tilopa đang sống ở bờ sông dưới kia. Ông ta rất lười và không ăn cá. Ông ta chỉ sống bằng những thứ ngư dân vứt đi – đầu cá, lòng cá, chỉ có thế." Naropa nghe theo lời chỉ dẫn, nhưng khi đến nơi ông chỉ thấy một lão ăn mày, trông rất yếu ớt, thậm chí ngay cả nói năng e rằng cũng không còn sức. Tuy nhiên ông vẫn quỳ xuống và xin dạy bảo. Trong ba ngày Tilopa chẳng nói gì, nhưng cuối cùng ông gật đầu. Naropa hiểu rằng ông đã nhận mình làm đệ tử. Rồi Tilopa nói, "Hãy theo ta". Thế là Naropa đi theo thầy mình trong mười hai năm dài, trải qua bao nhiêu gian khó trong suốt thời gian đó. Một hôm Tilopa nói rằng ông rất đói. (Tôi nhắc đến điều này vì đó là một phần của sự truyền trao. Quý vị thấy đó, Tilopa đang tạo ra một hoàn cảnh thích hợp.) Vì thế ông yêu cầu Naropa đi kiếm thức ăn. Bấy giờ, Naropa là một người rất tao nhã – ông sinh ra trong một gia đình bà-la-môn – nhưng ông phải sống qua cảnh này, theo gương Tilopa. Vì thế ông tìm đến một ngôi làng nơi người ta đang tổ chức một tiệc cưới hoặc một bữa tiệc đặc biệt thuộc loại gì đó. Lúc đầu ông cố xin, nhưng người ta cấm xin ăn vào ngày mở tiệc đặc biệt đó. Ông bò vào nhà bếp, lấy trộm một chén cháo và rồi chạy về dâng cho thầy mình. Tilopa hình như rất vừa lòng. Thật vậy, lần đầu tiên Naropa nhìn thấy nét tươi vui tuyệt vời trên khuôn mặt người thầy. Ông nghĩ, "À, thật tuyệt vời. Ta nghĩ mình nên đi kiếm một chén nữa." Tilopa biểu đồng tình và nói ông muốn một chén nữa. Nhưng lần này Naropa bị bắt. Ông bị đánh gãy tay chân và bỏ nằm dưới đất, dở sống dở chết. Vài ngày sau Tilopa tìm đến bảo, "A, chuyện gì thế? Sao ngươi không về?" Thầy ông có vẻ hơi giận dữ. Vì thế Naropa nói, "Con đang chết." Nhưng thầy ông nói, "Đứng lên. Ngươi không chết được. Ngươi vẫn phải theo ta trong nhiều năm nữa." Nghe vậy, ông cố đứng lên và cảm thấy rất bình thường. Quả vậy, chẳng có gì bất ổn cả.

Dịp khác họ đi đến một con kênh thật sâu, đầy đỉa. Tilopa nói ông muốn đi qua và bảo Naropa nằm ngang con kênh làm cầu. Thế là ông nằm xuống, cả người ngập nước. Và khi Tilopa bước qua, Naropa thấy hàng trăm con đỉa bám đầy người mình, và ông đã bị bỏ nằm ở đó nhiều ngày. Những chuyện như thế xảy ra thường xuyên. Cho đến một ngày vào tháng cuối cùng của năm thứ mười hai, ông đang ngồi với Tilopa thì bỗng nhiên Tilopa tháo chiếc giày rồi quất vào mặt ông. Vào đúng khoảnh khắc đó những lời dạy về mahamudra lóe lên trong tâm ông như một tia chớp và ông đã đạt được sự chứng đắc. Sau đó có một bữa tiệc lớn, và Tilopa bảo ông, "Đó là tất cả những gì ta có thể chỉ cho ông. Tất cả giáo pháp của ta giờ đây đã trao hết cho ông. Mai sau, nếu có người muốn đi theo con đường Đại thủ ấn thì phải học và tiếp nhận các huấn thị từ Naropa. Sau ta, Naropa là vị vua thứ hai." Và chỉ sau đó Tilopa mới giải thích chi tiết mọi giáo pháp cho Naropa.

Đó là ví dụ về sự "trao truyền". Dĩ nhiên, vào thời đó con người kiên nhẫn hơn và đủ sức lực để trải qua một thời gian dài như thế và cũng được chuẩn bị để làm như thế. Tuy nhiên, ý nghĩa không phải là Naropa chỉ nhận được sự giáo huấn vào thời điểm bị đánh chiếc giày vào đầu. Tiến trình học đạo của ông diễn ra suốt mười hai năm trời mà ông đã trải qua với thầy mình. Tất cả những khó khăn và những giai đoạn khác nhau ông đã trải qua là một phần của việc trao truyền. Đó là vấn đề thiết lập và tạo dựng bầu không khí. Cũng như thế, những nghi lễ trao truyền nào đó, những nghi thức abhisheka, là một phần của tiến trình tạo ra một hoàn cảnh, bao gồm căn phòng, con người, và câu nói, "Trong vòng ba ngày ta sẽ dạy ông, và việc trao truyền rồi sẽ xảy ra." Bằng cách này, tâm trí người học sẽ mở rộng ra. Và khi người học đã mở rộng ra thì người thầy sẽ nói vài lời, có lẽ không có nhiều ý nghĩa lắm, hoặc có thể sẽ không nói gì cả. Điều quan trọng là tạo dựng được một hoàn cảnh đúng, cho thầy cũng như trò. Và khi hoàn cảnh đúng đã được tạo ra thì đột nhiên cả thầy và trò đều không còn ở đó nữa. Thầy sẽ xuất hiện như một lối vào, và trò cũng xuất hiện như một lối vào. Và khi cả hai khung cửa khai mở thì sẽ có một sự trống rỗng hoàn toàn, một cái *một* trọn vẹn giữa thầy và trò. Đây là điều thuật ngữ Thiền tông gọi là "sự giao hội giữa hai tâm". Khi người học giải được công án cuối cùng thì cả thầy và trò đều im lặng. Thầy không nói, "Con đúng rồi" hay "Bây giờ con đã có nó." Người thầy dừng lại; và học trò cũng dừng lại. Và có một giây phút im lặng. Đó là sự trao truyền – sự tạo lập một hoàn cảnh đúng – đó là tất cả những gì một guru ở bên ngoài có thể làm. Đó cũng là tất cả những gì ta có thể làm. Sự trao truyền chỉ là việc mở ra ở cả hai phía, mở ra toàn bộ sự vật. Tự thân ta mở ra trọn vẹn theo một thể cách mà, dù có thể chỉ trong một vài giây, nhưng bằng cách nào đó nó lại có ý nghĩa vô cùng. Điều đó không có nghĩa là ta đã đạt ngộ, mà là ta đã thoáng thấy được thực tại là gì. Và điều này không có gì để phấn khích hay giật mình, cũng không nhất thiết phải là một kinh nghiệm làm đảo lộn trời đất. Chỉ là một cái gì đó mở ra, một tia chớp lóe lên; chỉ thế thôi. Dù ta thấy nó được mô tả trong kinh sách là "đại an lạc" hay "đại thủ ấn" hay "tâm giác ngộ" hay "satori" – với đủ loại từ ngữ và danh xưng; thế nhưng sát-na thật sự thì rất đơn giản, rất thẳng thắn. Đó chỉ là sự gặp gỡ của hai tâm. Hai tâm trở thành một.

SỰ ĐỘ LƯỢNG

Sự độ lượng, *dana*, là một trong sáu paramita, hay hành động siêu việt. *Par* nghĩa đen là "bờ bên kia". Thật vậy, từ này vẫn rất thông dụng ở Ấn; par – có nghĩa bờ sông bên kia. *Mita* là người đã đến đó. Vì thế *paramita* có nghĩa là người đã đến bờ bên kia. Một số học giả xem các paramita như sáu pháp viên mãn (perfections). Chính xác đó là những hành động viên mãn, nhưng từ perfection cũng còn những hàm nghĩa không phù hợp khác. Mục đích của các paramita không phải là nỗ lực thành tựu sự viên mãn; vì thế tốt nhất là nên hiểu các pháp này như là sự siêu việt, tức là vượt lên, vươn xa.

Sáu hành động siêu việt này là những hành động của một bodhisattva (bồ-tát). *Bodhi* là trạng thái giác ngộ của tâm (awakened state of mind), và *sattva* là người trên đường đi đến trạng thái giác ngộ đó. Vì thế từ bodhisattva chỉ cho những ai đã thành tựu và những ai có khuynh hướng đi theo con đường của từ bi, con đường của tình thương. Con đường Hinayana, hay "Cỗ xe nhỏ" – được biết đến như là con đường sơ đẳng, con đường căn bản, hay con đường hẹp – đặt nền tảng trên sự rèn luyện kỷ luật hay sự kiểm soát thân tâm, là đòi hỏi đầu tiên trong việc phát triển sự tự do. Con đường này không chỉ rèn luyện tâm ý dựa vào thiền hành mà còn rèn luyện cả sự nói năng và cách hành xử. Cách rèn luyện này khác hẳn việc định đặt các giới luật đạo đức để rèn luyện theo nghĩa "tội" và "phước". Ý nghĩa chân chính của cách rèn luyện này là hành động đúng đắn, hành động chân thật, hành động thấu đáo, hành động theo quy luật của cái đang là. Vì thế ta phải hiểu quan niệm về kỷ luật này, hay sila paramita (*giới ba-la-mật*), thật rõ ràng. Nó trở thành nền tảng của mọi thứ. Ta có thể nói đó là con đường hẹp, vì tự thân nó là sự giản dị. Chẳng hạn, nếu chỉ có một lối đi nhỏ băng qua đèo và phần đất còn lại mọc đầy cây lớn, cây bụi, vân vân, thì lúc đó ta chẳng có khó khăn nào cả khi quyết định phải đi lối nào. Nếu chỉ có một lối đi thì hoặc ta đi tiếp hoặc ta trở về. Toàn bộ sự việc được đơn giản hóa thành một sự kiện, hay một sự tương tục. Vì thế rèn luyện kỷ luật không đóng khung các hoạt động của ta bằng việc tuyên bố rằng những điều như thế như thế thì trái với thánh giới hay phi đạo đức. Điều chính yếu là chỉ có một con đường thật sự giản dị phía trước chúng ta. Tự nền tảng rèn luyện kỷ luật chính là sự thực hành shamatha (*thiền chỉ*) để phát triển tỉnh giác, qua đó ta chỉ thấy cái đang là. Mọi thời khắc đều là bây giờ, và ta hành động qua kinh nghiệm của phút giây hiện tại. Đến đây ta đã nói xong về con đường hẹp.

Từ đó chúng ta đến với Mahayana, "Cỗ xe lớn"; đó là con đường mở rộng, con đường của bồ-tát. Con đường hẹp không những giản dị và thẳng tắp mà còn có tính cách vĩ đại. Dựa trên nền tảng đó chúng ta phát triển từ bi. Trong thực tế từ bi chẳng liên quan gì đến việc thông cảm với đau khổ của người khác – theo nghĩa giúp đỡ người nghèo, người gặp khó khăn, hoặc tử tế với hàng xóm, hoặc đóng góp tặng phẩm đều đặn cho dân tỵ nạn, hoặc ghi danh vào nhiều tổ thức từ thiện khác nhau; mặc dù từ bi cũng có thể bao gồm tất cả những việc đó. Làm từ thiện là cái căn bản; nó phát triển sự nhiệt tình trong tự thân chúng ta. Xuất phát từ sự giản dị và tỉnh giác, các bồ-tát phát triển sự nhiệt tình không phải của chính mình. Thậm chí cả sự lợi lạc về tâm lý của chính họ, họ cũng không nghĩ đến. Họ không nghĩ, "*Ta* muốn nhìn thấy chúng sinh không bị khổ đau." Chủ ngữ "*Ta*" không còn trong suy nghĩ của họ. Họ nói năng, suy nghĩ, và hành động một cách tự nhiên, ngay cả những khái niệm "giúp đỡ", "thành tựu bất kỳ mục đích đặc biệt nào", họ cũng không còn nghĩ đến. Họ chẳng hành động vì những lý do "tôn giáo" hay "từ thiện" nào cả. Họ chỉ hành động theo cái giây phút chơn chất ở hiện tại, trong đó họ phát triển một loại tình cảm nồng nàn. Và có một sự nhiệt tình vĩ đại trong sự tỉnh giác này, và đồng thời có cả sự sáng tạo vĩ đại. Không gì có thể giới hạn được hành động của họ; và tất cả các loại xung lực sáng tạo thật sự sinh khởi trong họ và bằng cách nào đó chúng hoàn toàn đúng đắn ở vào giây phút đặc biệt đó. Mọi thứ xảy ra và họ chỉ vượt qua tất cả, vì thế có một sự sáng tạo liên tục và siêu đẳng trong họ. Đó là hành động karuna thật sự – một từ Sanskrit có nghĩa "trái tim cao thượng" hay "trái tim từ bi". Vì thế trong trường hợp này từ bi không chỉ có nghĩa là sự tử tế, mà là lòng từ bi căn bản, lòng từ bi vô ngã. Họ thật sự không còn ý thức về *bản thân họ*, vì thế từ bi có phạm vi lớn hơn để mở rộng và phát triển; bởi vì ở đây chỉ có sự tỏa nhiệt mà không có thiết bị tỏa nhiệt. Và khi chỉ có sự tỏa nhiệt này hiện hữu mà không có một thiết bị tỏa nhiệt thì sự tỏa nhiệt này có thể tiếp tục mãi mãi và năng lượng không bao giờ bị cạn kiệt. Nó luôn luôn được chuyển hóa và khi nó lan tỏa càng ngày càng rộng hơn thì nó luôn luôn chuyển đổi thành một cái khác, thành một hoạt động sáng tạo mới; vì thế nó diễn tiến liên tục không ngừng nghỉ. Sự chuyển hóa sáng tạo này không chỉ là một khái niệm lý thuyết hay triết học, mà nó thật sự xảy ra theo một nghĩa thực tế, đôi khi theo cách rất đơn giản.

Bây giờ ta có thể quay sang sự độ lượng. Sự độ lượng sinh khởi khi bồ-tát say sưa với lòng từ bi và không còn ý thức về bản thân mình. Tâm họ không chỉ chứa đầy từ bi mà đã trở thành từ bi. Tâm và từ bi trở thành một. Có sáu hoạt động kết hợp với tâm từ bi: sự độ lượng, đạo đức hay kỷ luật (kỷ luật tự nhiên, hành động theo chánh pháp), sự kiên nhẫn, có năng lượng, và sự trong sáng (cũng gọi là trí huệ hay biết rõ hoàn cảnh). Những hoạt động này gọi là paramita, tức các hành động siêu việt, như ta đã biết. Cho tôi được nhắc lại rằng bồ-tát không hành động để trở thành đạo đức hay để khắc phục tội lỗi hay tà hạnh; tâm họ không vướng bận bên tà hay bên chánh, bên thiện hay ác. Nói cách khác, hoạt động của họ không có giới hạn, không bị ràng buộc hay quy định bởi thiện và ác. Vì thế nó siêu việt, nó là cái vượt lên trên. Có thể điều này nghe hơi trừu tượng, hơi khó nắm bắt, và ta có thể hỏi, "Làm thế nào một hành động độ lượng có thể là siêu việt? Đây không chỉ là một định nghĩa triết học sao?" Không phải, trong trường hợp này nó không phải, bởi vì nó không chỉ chỉ cho hành động của họ. Tâm của họ không đơn giản vận hành như thế. Khi họ hành động, họ hoàn toàn tự nhiên, tự do, và hiện-hữu-trong-hiện-tại. Vì thế họ hoàn toàn mở rộng, và về tâm của họ thì nó bất động. Hoạt động sinh khởi chỉ khi hoàn cảnh tự trình hiện. Có thể họ không liên tục ở trong trạng thái tỉnh giác vô ngã, nhưng ít ra họ hành động tự nhiên, họ hành động khế hợp với Pháp. Và định nghĩa Pháp ở phương diện này chính là quy luật chân chính, quy luật của vũ trụ. Sự không thiên vị là Pháp. Có nghĩa rằng Pháp không liên quan đến bất cứ hình thái mong muốn thành tựu nào, vì thế hành động độ lượng được thực hiện mà không liên hệ đến bất kỳ phần thưởng đặc biệt nào. Vì thế độ lượng có nghĩa là không sở hữu.

Nếu có tiền của, người ta có thể nói rằng, "À, bây giờ ta đã có cơ hội thực hành sự độ lượng bởi vì ta đã có cái để thực hành." Nhưng đối với bồ-tát, vấn đề này chẳng hề xuất hiện; đó không phải là vấn đề sở hữu cái gì đó. Độ lượng chỉ là một thái độ của tâm, trong đó ta không muốn sở hữu để rồi phân phát cho mọi người. Hơn nữa, độ lượng không những chỉ cho sự thực hành thiền, trong đó ta có thể cảm nhận tính cách vô ngã không giữ lại bất cứ gì, mà độ lượng còn là cái rất tích cực. Trong kinh đức Phật nói về sự thực hành độ lượng bằng cách duỗi cánh tay ra và co cánh tay vào. Có một câu chuyện vào thời đức Phật, kể về một lão bà ăn xin. Bà lão là một trong những người ăn xin nghèo nhất Ấn-độ; vì bà không chỉ nghèo của cải mà cái tâm của bà cũng nghèo nữa. Bà ta muốn có thật nhiều, và điều này làm bà cảm thấy càng nghèo hơn. Một hôm bà nghe tin đức Phật được mời đến nhà của Cấp Cô Độc ở Kỳ viên. Cấp Cô Độc là một phú gia và là một thí chủ vĩ đại. Thế là bà quyết định đi theo đức Phật vì biết rằng Ngài sẽ cho bà bất cứ thức ăn gì còn thừa lại. Bà tham dự lễ cúng dường thực phẩm cho tăng-già, cho đức Phật, và rồi ngồi chờ cho đến khi đức Phật trông thấy bà. Đức Phật quay sang hỏi bà muốn gì. Dĩ nhiên Ngài biết, nhưng phần bà buộc phải thừa nhận và nói ra. Vì thế bà nói, "Con muốn thức ăn, con muốn Ngài cho con những thứ còn thừa." Đức Phật bảo, "Nếu thế, trước tiên bà phải nói *không*. Bà phải từ chối khi ta đưa thức ăn cho bà." Ngài đưa thức ăn cho bà, nhưng bà thấy rất khó nói "không". Bất cứ lúc nào ai đó có cái gì đó hoặc cho bà cái gì đó, bà luôn nói, "Vâng, tôi muốn cái đó." Vì thế bà thấy rất khó để nói "không" vì bà không quen với từ ngữ đó. Sau cùng, cố gắng mãi bà cũng nói được chữ "không", và rồi đức Phật đưa thức ăn cho bà. Và rồi qua đó bà ý thức được rằng cơn đói thật sự ở trong người bà chính là sự ham muốn sở hữu, nắm bắt, tư hữu, sở đắc. Đây là ví dụ về cách ta có thể thực hành lòng độ lượng. Và từ cái nhìn này ta có thể thực hành sự độ lượng đối với bản thân ta. Vì điều quan trọng ở đây là giải thoát mình khỏi tính sở hữu, khỏi cảm giác luôn luôn thiếu thốn này.

Thế rồi bước kế tiếp dĩ nhiên là cho đi những vật sở hữu của ta. Nhưng điều này không nhất thiết phải liên quan đến sự khắc khổ. Nó không có nghĩa rằng ta không nên sở hữu bất cứ cái gì cả, hay ta nên cho đi những gì ta có ngay tức khắc. Ta có thể có rất nhiều tiền của và ngay cả còn thích thú về điều đó, và có lẽ ta có mối quan tâm riêng tư về điều đó – giống như trẻ con hay cả người lớn thích món đồ chơi của mình. Đây không phải là vấn đề không thấy được giá trị các vật sở hữu. Điểm đáng nói là chúng ta dễ dàng cho đi cũng giống như dễ dàng sở hữu. Nếu có người hỏi xin ta một vật đặc biệt mà lúc nào ta cũng muốn có nó bên mình thì ta không nên chần chừ gì cả, mà hãy cho đi. Vấn đề thật sự là hãy từ bỏ khái niệm sở hữu này. Bởi vì có một sự thèm khát đang vận hành trong ta.

Có một câu chuyện ở Tây tạng kể về hai anh em nọ. Một người sở hữu chín mươi chín con bò trong khi người kia chỉ có một con. Người anh em nghèo túng rất hài lòng với con bò của mình. Anh ta rất hạnh phúc và nghĩ mình có rất nhiều của cải. Anh ta có một con bò và đó thật sự là tất cả những gì anh ta cần. Như thế là rất đủ, nhất là anh ta không sợ mất nó. Thật vậy, sự thích thú có được con bò của anh ta thì lớn hơn nỗi sợ bị mất nó; trong khi người anh em kia luôn luôn lo sợ bị mất những con bò của mình. Anh ta luôn phải trông nom chúng; và như ta biết, ở vùng cao nguyên Tây tạng có rất nhiều chó sói và loài báo núi Himalaya; và bò thường rất dễ chết trong mùa đông khắc nghiệt. So với những nơi khác, ở Tây tạng việc trông coi bò gặp rất nhiều trở ngại. Vì thế một hôm người anh em giàu có nghĩ, "À, ta nghĩ ta sẽ xin người anh của ta giúp đỡ." Như ta biết, anh ta không những sợ mất bò mà còn thích có nhiều thêm. Rồi anh ta đến gặp anh mình và nói, "À, em biết anh chỉ có một con bò. Việc này cũng chẳng làm anh khác đi bao nhiêu. Vì thế nếu anh chẳng có con nào cả thì thật sự cũng chẳng hề hấn gì. Nhưng nếu anh cho em con bò của anh thì em sẽ có một trăm con; điều này rất có ý nghĩa đối với em. Ý em muốn nói có một trăm con bò thật sự không phải là chuyện đùa. Nếu em được như thế, em sẽ thật sự giàu có và tiếng tăm." Thế là anh ta hỏi xin, và người anh cho anh ta thật dễ dàng. Anh không chần chừ; anh chỉ việc cho nó. Câu chuyện này đã trở nên rất phổ biến ở Tây tạng, chỉ rõ rằng khi ta có nhiều thì ta lại muốn nhiều hơn nữa, và khi ta có ít thì lại sẵn lòng cho đi.

Vì thế có tính sở hữu này, có sự đói khát về mặt tâm lý này. Và điều này không chỉ liên quan đến tiền bạc của cải mà còn cả cảm giác sâu xa muốn sở hữu, muốn đeo bám, khao khát những thứ rõ ràng đã thuộc về ta. Ví dụ ta đang đi mua sắm. Có thể ta sẽ thấy bất hạnh trong suốt thời gian đó. Và khi nhìn thấy những thứ ta thích, điều này luôn tạo một sự thống khổ trong tâm ta vì ta nghĩ, "Nếu ta mà có tiền thì ta có thể mua cái đó rồi." Vì thế suốt thời gian ta rảo bộ qua các cửa tiệm, sự đói khát này tạo ra sự đau đớn lớn lao. Trong khi một người khác có thể lại thích thú việc chỉ nhìn ngắm. Vì thế cái muốn làm chủ, muốn sở hữu và không sẵn sàng cho đi thì thật sự không phải là sự yếu đuối đối với bất cứ sự vật đặc biệt nào. Thông thường ta muốn bận rộn với cái gì đó, và nếu ta đánh mất sự quan tâm đến cái đặc biệt đó thì ta luôn muốn thế chỗ nó bằng một cái khác. Không phải ta không xoay xở được nếu như không có một chiếc xe hơi hay một hệ thống sưởi trung tâm, hay bất cứ cái gì đó. Luôn luôn có cái nằm sau nó, cái gì đó căn bản, một sự ham muốn sở hữu, ham muốn làm chủ, đang luôn thay đổi và phát triển và thay thế cái này bằng cái khác. Vì thế đó là sự yếu đuối đích thực – mặc dù không hẳn là sự yếu đuối nhưng là một thói quen mà ta có khuynh hướng hình thành trong một tiến trình suy tưởng có tính loạn thần. Toàn bộ vấn đề chỉ còn là sự chồng chất các ý tưởng diễn ra không ngừng nghỉ trong đầu chúng ta. Ta không bao giờ để cho bất cứ điều gì thật sự xảy ra hay chiếm chỗ trong tâm chúng ta. Một ý tưởng khởi lên, và trước khi biến mất thì hầu như một ý tưởng khác đã chồng lên, và rồi lại một ý tưởng khác. Vì thế không bao giờ có một khoảng hở nào cho phép ta được tự do và thật sự tiêu hóa các thứ. Vì thế nó trở thành một đòi hỏi liên tục, một tiến trình tạo tác và mong muốn sở hữu liên tục. Và đó là lý do tại sao ta phải phát triển tính độ lượng này để thật sự mở rộng chính mình.

Giai đoạn kế tiếp có lẽ là sự biểu hiện sâu sắc hơn của lòng độ lượng: sẵn sàng chia sẻ kinh nghiệm với người khác. Đây là điều khá gay cấn; bởi vì cũng có nguy cơ là ta sẽ cố dạy người khác những điều ta đã học. Vấn đề này khá tế nhị. Có lẽ ta sẽ trình bày một phần điều ta muốn nói; có thể nội dung khá lôi cuốn. Và có lẽ ta biết nhiều về đề tài này hơn người khác và muốn phô trương. Điều này hơi gay cấn. Tuy nhiên, tìm cách diễn đạt thành lời – bất cứ cái gì ta đã thành tựu – và truyền đạt cho người khác, là cách duy nhất để phát triển chính ta. Điều này đặc biệt ứng dụng cho những người đi giảng dạy. Và đối với những người thầy cao cấp – thật ra thì đối với bất cứ người thầy nào – điều cần thiết là không chỉ học và giữ lại mọi điều, mà là ứng dụng có hiệu quả bằng cách hoằng truyền, cho dù không có ý tưởng trông mong được hoàn báo. Đó gọi là bố thí Pháp, trong đó ta cho đi mọi lúc. Dĩ nhiên ta phải rất cẩn trọng, đừng tặng món quà không phù hợp cho người không phù hợp. Ví dụ, nếu có người không hăng hái lắm để lắng nghe các kinh nghiệm của ta, nhất là có liên quan đến thiền, vân vân, thì ta đừng nói tiếp về điều đó; bởi vì lúc đó chẳng có gì thật sự là bố thí cả. Và có lẽ đối với những người như thế, ta nên cho cái gì đó không phải là Pháp thì thích hợp hơn. Và ta phải nhìn thấy điều đó bằng sự thông minh, sự trong sáng, bằng trí huệ. Prajna paramita (*bát-nhã ba-la-mật*) sẽ phải giải quyết điều đó. Thế nhưng nhìn chung ta phải cho đi nếu ta muốn nhận vào. Một tiến trình chuyển hóa liên tục xảy ra.

Theo truyền thống Tây tạng, nếu muốn nhận được sự giáo hóa, người ta thường tặng quà cho vị thầy của mình. Tiện đây tôi xin nói rằng điều này không có nghĩa là tôi muốn quyên tiền của thính chúng. Nhưng khái niệm nằm sau sự vụ này là khi ta muốn điều gì – "tôi muốn nhận được sự giáo hóa; tôi muốn hiểu biết một số điều" – thì ta cũng phải cho ra cái gì đó. Điều này cũng làm rõ sự vụ là ta không hẳn là người hoàn toàn nghèo khó phụ thuộc người khác hay hèn mọn vì chỉ mong muốn sự giúp đỡ, mà ta vẫn có cái giá trị để cho đi. Trong truyền thống Phật giáo Tây tạng, khi một người có ý định đi đến Ấn-độ để phiên dịch kinh điển và tiếp thọ giáo huấn từ các vị thầy Ấn-độ, thì trước tiên phải bỏ ra hai năm để gom góp vàng bạc từ khắp nơi Tây tạng. Người ta luôn luôn cho đi cái gì đó trước khi tiếp nhận giáo huấn. Vì thế toàn bộ vấn đề ở đây là ta phải ý thức được giá trị của giáo pháp, cho dù thật sự ta không thể định giá giáo pháp bằng của cải vật chất, mà ta phải sẵn sàng cho ra cái gì đó. Và dĩ nhiên, một trong những điều quan trọng nhất là cho đi tự ngã, một trong những vật sở hữu quí nhất và có giá nhất của ta. Ta phải cho cái đó đi. Có một số thực hành trong truyền thống Tây tạng, như lễ bái. Theo đó, trước khi tu tập bất cứ tầng thiền định nào cao hơn, ta phải lễ lạy một trăm ngàn lần – điều này kết hợp với sự thực hành du-già của Phật giáo. Và ý nghĩa lễ bái là cho đi, tuân phục, rộng mở – một tiến trình làm rỗng, hay sự chuẩn bị cái bình chứa để tiếp nhận. Ta phải mở ra và làm rỗng một cái cốc lành lặn. Đó là những gì ta phải dâng tặng, và rồi ta có thể nhận được mọi thứ nguyên vẹn với đầy đủ giá trị, đầy đủ phẩm chất.

Trong trường hợp của người thầy dĩ nhiên điều đó cũng rất quan trọng. Và tôi đoan chắc rằng tất cả chúng ta đều là thầy dạy theo cách riêng của mỗi người chúng ta; tôi đoan chắc rằng chúng ta luôn có thể giảng dạy người khác theo mức độ riêng của mỗi người chúng ta. Và người thầy phải sẵn sàng học hỏi từ người học; điều này rất quan trọng. Nếu không, chẳng có tiến bộ nào thật sự về phía người học. Vì theo nghĩa nào đó ta sẽ quá hăng hái và lưu tâm đến tiến trình làm cho người học tiếp nhận sự mở rộng tự ngã của chúng ta và mong muốn tạo ra cho người học một "cái ta" mới, hơn là giúp họ phát triển khả năng của chính họ. Vì thế người dạy phải sẵn sàng học hỏi từ người học; và rồi sẽ có một quan hệ thân cận liên tục. Sự trao đổi xảy ra liên tục; lúc đó khi ta dạy, người học sẽ không thấy ta buồn tẻ, vì bản thân ta cũng có sự phát triển. Luôn luôn có cái gì đó khác đi, cái gì đó mới mẻ từng giây phút, vì thế nguyên liệu không bao giờ cạn kiệt. Ta có thể ứng dụng ngay cả điều này vào các môn học kỹ thuật và phương pháp giảng dạy các sự vật. Đó có thể là toán học hay khoa học hay bất cứ môn học nào khác. Nếu người dạy sẵn sàng học hỏi từ người học, lúc đó người học cũng trở nên háo hức để cho, vì thế có tình thương đích thực, và sự nối kết đích thực xảy ra. Đó là sự bố thí vĩ đại nhất. Trong cuộc đời đức Phật, ta có thể nhìn thấy Ngài không bao giờ giáo hóa chỉ với loại thẩm quyền trịch thượng. Ngài không bao giờ sử dụng thẩm quyền như một vị Phật, như một con người giác ngộ. Ngài không bao giờ giáo huấn bằng cách nói rằng "Các ông sai, và ta đúng." Mặc dù có khi Ngài chỉ ra rằng đây là con đường chính và kia là con đường tà, sử dụng trí phân biệt. Thế nhưng, bằng cách này hay cách khác Ngài luôn luôn khuyến khích những cuộc bàn luận giữa các đệ tử của Ngài. Và đệ tử của Ngài thì luôn luôn góp phần vào sự giáo hóa của Ngài, và Ngài luôn luôn truyền đạt theo một cách nào đó và hỏi các câu hỏi như, "Điều đó có phải như thế không, hay nó không phải như thế sao?" Rồi việc phán đoán được dành lại cho người học. Và rồi Ngài nói, "Đúng" hoặc "Không", nhưng dù câu trả lời là gì đi nữa thì Ngài đều hình thành từ đó. Vì thế một tiến trình *cho-và-nhận* liên tục xảy ra; và tôi đoan chắc ta cũng có thể làm như thế theo cách tương tợ. Dĩ nhiên, khi có điều gì đó cần nói, ta thường muốn tìm hiểu thật kỹ trước khi nhận được sự phê phán hay bất cứ phản ứng nào từ người khác. Tất cả điều này thật sự đặt nền tảng trên một nỗi sợ hãi sâu kín, không tự tin vào bản thân mình, vì ta sợ để lộ ra cái khờ khạo của tự ngã. Vì thế ta thường trình bày điều đó như một sự kiện đơn thuần và để yên như thế. Lúc đó, khi người học không thể tham gia vào vấn đề đó, nó sẽ trở nên trang trọng, rất khó khăn và nghiêm trọng, và họ không còn thích học hỏi nữa. Họ bắt đầu ý thức về việc được giáo hóa, được dạy điều này điều kia; và rồi bằng cách nào đó vấn đề không còn tính sáng tạo và nó không còn thật sự ngấm vào nhân cách của họ và có thể giúp họ phát triển khả năng và kiến thức của chính họ.

Và rồi dĩ nhiên, như chúng ta đã nói, sự bố thí của cải vật chất không chỉ là vấn đề cho đi tiền của, mà là thái độ nằm sau sự cho đó. Ta thường thấy ở phương Đông – và tôi không nói rằng phương cách hành xử của phương Đông lúc nào cũng đúng, tôi không sử dụng điều này như một thẩm quyền để cho đó là phương cách xác thực và độc nhất giải quyết mọi chuyện, mà tôi chỉ sử dụng nó như một lời để nghị – người phương Đông thường cho đi một vật vì đó là thứ họ thích nhất; và họ cho đi vì vật đó biểu trưng tấm lòng của họ. Họ cho đi đủ các thứ, như khăn trùm, các đồ trang sức, tạp dề, giày dép và vòng xuyến, vân vân, của phụ nữ. Không phải họ nghĩ người ta thật sự cần đến những thứ này, mà vì đó là đồ vật quý giá của họ, những thứ thật sự tượng trưng cho chính bản thân họ. Họ có trong họ ước muốn sở hữu này và đó là lý do họ biếu tặng theo cách này. Sự cho và quan niệm về punya (*công đức*) không chỉ là vấn đề bố thí vật chất và tiêu mất một số tiền lớn; nó còn là vấn đề dự phần vào việc làm đó về mặt vật chất và dấn thân trọn vẹn vào tiến trình trao tặng. Giống như với bất cứ điều gì khác thuộc cùng việc làm này, như tập thiền chẳng hạn, ta phải dấn thân trọn vẹn, phải trở thành một với cái ta đang làm. Vì thế, cùng với việc cho đi các thứ, dù vật đó có ít giá trị đi nữa, ta cũng phải dấn thân trọn vẹn vào việc cho để một phần tự ngã của ta cũng được cho đi. Qua việc làm đó ta đạt được paramita, hành động siêu việt, cái gì đó vươn xa, cái gì đó vượt lên trên. Lúc đó ta không ý thức về "đạo đức" và không ý thức về việc cho đi với nỗ lực trở thành "tôn giáo", và ta không nghĩ đến sự tiếp nhận bất cứ phần thưởng công đức đặc biệt nào. Nếu ta cho chỉ để thu hoạch công đức thì điều đó thường có khuynh hướng thành hình tự ngã của ta hơn là cho đi thật sự. Vì thế nếu ta có thể cho đi tự ngã, một phần của tính sở hữu và mê muội đó, thì ta đang thật sự thực hành Pháp, vốn là sự không mê muội. Và công đức tự động trở thành một phó phẩm, và sẽ chẳng có giây phút nào ta cố gắng tựu thành bằng được công đức.

NHẪN NHỤC

Nhẫn nhục, tiếng Sanskrit là *ksanti*, thường có nghĩa là sự kiên nhẫn, sự âm thầm chịu đựng khổ đau và khổ nhọc; nhưng thật ra ksanti còn có nghĩa nhiều hơn thế. Đó là sự nhẫn nhục theo nghĩa thấy được hoàn cảnh và thấy được rằng chịu đựng và phát triển sự kiên nhẫn là đúng đắn. Vì thế ta có thể nói ksanti có mang yếu tố thông minh, tương phản với một con vật trên lưng chất đầy hàng hóa và vẫn tiếp tục đi mãi cho đến khi lăn đùng ra chết. Loại nhẫn nhục đó là loại nhẫn nhục không có trí huệ, không có sự sáng suốt. Ở đây chúng ta đang nói đến sự nhẫn nhục kèm theo sự sáng suốt, và sức lực kèm theo con mắt hiểu biết. Nói chung, khi nói về nhẫn nhục, ta thường nghĩ đến một người đang nhẫn nhịn, thế nhưng điều này cũng liên quan nhiều đến sự truyền đạt nữa. Nhẫn nhục có thể phát triển nếu có sự tu tập và nếu ta có thể tạo ra hoàn cảnh đúng. Lúc đó ta không chỉ chịu đựng vì nó đau khổ và khó chịu và vì ta chỉ đang cố gắng vượt qua, mà nhẫn nhục còn có thể phát triển dễ dàng nhờ sự hỗ trợ của virya, hay sức lực. Không có sức lực ta không thể phát triển nhẫn nhục bởi vì sẽ không có sức khỏe để có thể nhẫn nhục; và sức lực này phát xuất từ việc tạo ra hoàn cảnh đúng đắn, một hoàn cảnh kết hợp với sự tỉnh giác (*awareness*). Có lẽ từ awareness hơi tối nghĩa, vì nó thường chỉ cho sự tự nhận biết hay ý thức về cái ta đang làm; tuy nhiên, trong trường hợp này tỉnh giác chỉ có nghĩa *nhìn thấy được hoàn cảnh một cách đúng đắn*. Nó không có nghĩa quán sát bản thân ta đang nói và đang làm mà đúng hơn là đang nhìn thấy toàn thể hoàn cảnh, giống như một cái nhìn từ không trung có thể cho thấy sự trải dài của một thành phố, vân vân. Vì thế nhẫn nhục lên quan đến sự tu tập, và sự tu tập lại liên quan đến tỉnh giác.

Thật vậy, tu tập là chìa khóa mở ra mọi sự, và sila (*giới*) là nguồn gốc và chức năng chính của sự tu tập. Ở đây có hai trường phái tư tưởng: (1) tu tập thì cần thiết, và chỉ qua tu tập ta mới có thể học hỏi và tìm thấy con đường đúng; (2) nên để mọi sự diễn biến theo cách của chúng, và nếu tu tập ít hơn, nếu cứ để mặc mọi thứ cho sự chọn lựa hay bản năng của mỗi cá thể thì họ sẽ phát triển sự quan tâm riêng tư đến chủ để đó và sẽ không cần thiết phải định đặt bất cứ điều gì lên họ.

Cả hai quan điểm trên đều cực đoan. Không phải người Phật tử thích thỏa hiệp trong mọi trường hợp; mà đó là vấn để nhìn thấy mọi sự thật rõ ràng. Bất cứ khi nào có quá nhiều sự tu tập, thì sự tu tập này chắc chắn đang được định đặt bởi người khác. Có các luật lệ và quy định, và ta luôn luôn được canh chừng và được bảo phải làm gì. Trong trường hợp đó ta không thật sự là những gì ta đang là – người khác chỉ đang khuếch đại tự ngã của họ và định đặt các ý tưởng của họ lên ta. Đó sẽ là một loại độc đoán hơn là tu tập, bởi vì đó là một dạng cố gắng cưỡng ép mọi sự phát triển hơn là để cho chúng phát triển tự nhiên. Đàng khác, nếu sự tu tập hoàn toàn để mặc cho cá thể và cá thể đó phải tự mày mò đường mình đi thì mỗi người sẽ thấy rất khó khăn – trừ trường hợp hiếm hoi người đó rất thông minh và khả năng tự chủ cao, theo nghĩa không bị ảnh hưởng bởi một khuôn mẫu bất thường hay tâm thần của các tư tưởng, ý kiến và cảm xúc. Điều này không có nghĩa hầu hết mọi người đều bị điên hay tâm lý rối loạn mà là yếu tố này có sẵn trong mọi người. Thường có một khía cạnh tâm thần khiến cho chúng ta bằng cách này hay cách khác phản ứng lại một hoàn cảnh nào đó và phát triển một lối hành xử tâm thần; và lối hành xử này chẳng phải là chính đạo gì cả. Đó là loại hành xử theo sự quy định của ta hơn là theo cái đang là. Vì thế, trong trường hợp này con người không có khả năng phát triển sự tự do, vì tự do không được trình hiện đúng đắn cho người đó. Tự do phải được trình hiện một cách đúng đắn. Thật ra tự thân từ ngữ *tự do* là một từ tương đối: tự do *ra khỏi* cái gì đó, nếu không sẽ không có tự do. Và vì đó là tự do ra khỏi cái gì đó, trước hết ta phải tạo ra hoàn cảnh đúng, đó là sự nhẫn nhục.

Loại tự do này không thể được tạo ra bởi người ngoài hay một quyền lực cao cả nào đó. Ta phải phát triển khả năng hiểu biết hoàn cảnh. Nói cách khác, ta phải phát triển một sự tỉnh giác toàn triệt, một sự tỉnh giác tỏa khắp, biết được hoàn cảnh *vào chính giây phút đó*. Vấn đề là thức ngộ được hoàn cảnh và mở toang đôi mắt trước giây phút hiện tiền, và điều này không phải là một kinh nghiệm bí nhiệm hay bất cứ cái gì huyễn diệu, mà chỉ là một sự tri nhận trực tiếp, khai mở và rõ ràng về cái hiện tiền. Khi một người có thể nhìn thấy cái hiện tiền mà không bị ảnh hưởng bởi quá khứ hay bất cứ mong đợi nào ở tương lai, và chỉ nhìn thấy chính giây phút ở hiện tại, thì vào giây phút đó không còn một chướng ngại nào cả. Bởi vì một chướng ngại chỉ có thể sinh khởi từ sự kết hợp với quá khứ hay sự mong đợi vào tương lai. Vì thế giây phút hiện tại không có chướng ngại nào cả. Và rồi người đó tìm thấy một sức mạnh to lớn trong mình, một sức lực to lớn để thực hành nhẫn nhục. Anh ta trở thành một chiến sỹ. Khi một chiến sỹ ra trận, anh ta không nghĩ về quá khứ hay kinh nghiệm chiến tranh trước đó của mình. Anh ta cũng không nghĩ đến những hậu quả ở tương lai. Anh ta chỉ đi vào cuộc chiến và chiến đấu; và đó là phương cách đúng đắn để làm một chiến sỹ. Tương tợ, khi có một xung đột to lớn xảy ra, ta phải phát triển sức lực này kết hợp với sự nhẫn nhục. Và đây là cái được biết đến như sự nhẫn nhục chân chính với con mắt nhìn thấy tất cả, sự nhẫn nhục gắn kết với sự sáng suốt.

Dĩ nhiên ta có thể tìm thấy khả năng khai mở và tỉnh táo ở giây phút hiện tiền khi ta ở một mình hay khi hoàn cảnh đúng đắn xuất hiện – chẳng hạn vào một ngày có nắng hay một buổi tối thú vị, hay trong tâm trạng không có gì để lo lắng, hay đọc được một cuốn sách thích hợp, hay một cái gì thuộc loại đó, khi ở trong hoàn cảnh đúng đắn hay gần gũi với những gì ta muốn làm – lúc đó sẽ dễ dàng hơn. Nhưng thông thường thì nó không xảy ra như thế. Có lẽ ta đang có chuyện lo lắng trong lòng, hay có lẽ ta thấy buồn chán khủng khiếp hoặc rất bực mình thế nào đó, thế nhưng ta phải nhìn thấy sự tương tợ của hai khía cạnh này. Dĩ nhiên, điều này nói thì rất dễ nhưng làm thì hơi khó. Vấn đề là ngay cả khi hoàn cảnh tỏ ra thuận lợi, ví dụ như ngay ở đây giữa vùng quê nơi mọi vật đều yên tỉnh, không một tiếng động, thì bằng cách nào đó ta vẫn không bao giờ có thể tránh được những rắc rối tình cảm, những điều phiền muộn và vô số sự việc trong tâm ta. Những thứ này một phần liên hệ với người khác, và một phần vì ta không thể mở rộng và phát triển đủ sức mạnh của sự nhẫn nhục. Vì thế toàn bộ sự việc có khuynh hướng phân rã ra như một thực thể riêng rẽ hơn là một phần của toàn thể khuôn mẫu của một mạn-đà-la. Điều này có nghĩa ta nên luôn nằm ở trung tâm và đừng đối kháng lại hoàn cảnh. Nếu ta nghĩ có cái gì đó sai lệch và ta muốn thấy nó được điều chỉnh thì đó có thể là một ý nghĩ rất độ lượng; tuy nhiên lại có yếu tố của cái "tôi" xen vào: "*Tôi* muốn ông ta hạnh phúc," hoặc "Nếu điều đó làm ông ta hạnh phúc thì *tôi* cũng hạnh phúc theo," vì thế có ý tưởng là cả hai đều hưởng niềm hạnh phúc này. Và đằng nào thì đó cũng là một loại say mê hạnh phúc. Vì thế điều thường xảy ra là ta không nằm ở trung tâm bánh xe của người thợ đổ gốm; và nếu ta tình cờ ném cục đất sét lên rìa bánh xe thì nó sẽ văng đi. Đất sét không có gì sai và bánh xe cũng không có gì sai, mà ta chỉ ném đất sét sai chỗ. Nếu ta ném đất sét vào giữa thì đất sét sẽ cho ra một chiếc bình đẹp. Vì thế toàn bộ vấn đề là lúc nào ta cũng phải ở vào trung tâm và không mong đợi người khác hay ngoại cảnh hành động thay ta. Nói cách khác, những người phát triển được sự nhẫn nhục khéo léo tột cùng sẽ không bao giờ mong đợi bất cứ điều gì ở người khác. Không phải vì họ là người hay nghi kỵ mà vì họ biết cách ở trung tâm và họ *chính là* trung tâm. Vì thế để có được sự yên tĩnh ta không nên xua đuổi chim bay đi chỉ vì chúng ồn ào. Để được yên tĩnh ta không nên chặn đứng sự chuyển động của không khí hay giòng chảy của giòng sông mà hãy chấp nhận chúng và tự thân ta sẽ thức ngộ được sự yên tĩnh. Chỉ chấp nhận chúng như một phần của sự hình thành sự yên tĩnh. Vì thế khía cạnh tinh thần của tiếng ồn từ những con chim tác động đến khía cạnh tâm lý ở trong ta. Nói cách khác, tiếng ồn chim chóc tạo ra là một yếu tố, và khái niệm tâm lý về tiếng ồn là một yếu tố khác. Và khi ta có thể giải quyết được mặt kia thì tiếng ồn của chim chóc trở thành sự yên tĩnh có thể nghe thấy được. Vì thế toàn bộ vấn đề là ta không nên mong đợi bất cứ điều gì ở bên ngoài, ta không nên cố thay đổi người khác hay cố truyền đạt ý kiến của ta cho người khác. Ta không nên thuyết phục người khác khi không đúng lúc, khi ta biết họ đã có một ý tưởng rất rõ ràng của riêng họ, hay không đúng lúc để những lời lẽ của ta đến được với họ. Có một ẩn dụ về hai người đang đi chân trần trên một con đường rất gồ ghề. Một người nói, "Con đường này nếu được lát da thì tốt biết bao vì lúc đó sẽ rất êm", nhưng người kia khôn ngoan hơn nên nói, "Không, tôi nghĩ nếu chân chúng ta được bọc da thì cũng sẽ rất êm." Vì thế, đó là sự nhẫn nhục; không phải là sự không tin tưởng mà là không mong đợi bất cứ điều gì và không cố thay đổi hoàn cảnh bên ngoài mình. Và đó là con đường độc nhất kiến tạo hòa bình trên thế giới. Nếu bản thân ta sẵn sàng lên đường và sẵn sàng chấp nhận thì một người nào đó cũng sẽ có sự đóng góp giống như vậy. Vì thế nếu một trăm người hành động như nhau thì toàn bộ sự việc sẽ trở nên đúng đắn.

Một câu chuyện ở Tây tạng kể rằng có một trăm lẻ một người lính, trong đó có một người còn rất trẻ là con trai của vị chỉ huy trưởng. Ông nói với đứa con trai, "Hình như mày bị muộn đấy. Tất cả những người khác đã thắng yên ngựa cả rồi, còn mày thì sao?" Anh chàng trả lời, "Nếu một trăm người có thể thắng yên một trăm con ngựa nhanh như thế thì một người sẽ không mất nhiều thì giờ lắm đâu." Nhưng dĩ nhiên những người kia đã thắng yên ngựa cùng một lúc, vì thế chàng ta bị bỏ lại đàng sau. Vì thế nếu ta mong đợi hoàn cảnh bên ngoài thay đổi thì toàn bộ sự việc sẽ bị đảo lộn và ta thấy rằng ta đang bị đẩy đi xa khỏi mọi hướng và ta đang bị đánh bại; giống như đang bước đi trên một tảng băng. Dĩ nhiên đôi khi ta có thể thay đổi hoàn cảnh với những người khác – có lẽ bằng cách trải qua một loạt các bước đau khổ, như phàn nàn với người khác hoặc phải giải thích dong dài rằng những người như thế làm phiền ta, hay một điều như thế thì không thể chấp nhận được. Nhưng khi ta trải qua tiến trình khá dài này, mục đích chính ta muốn đạt đến – tức niềm thanh bình và tĩnh lặng – đã biến mất lâu rồi, và ta không thành tựu được gì cả. Vì thế toàn bộ sự việc trở thành một cái bẫy chuột liên tục; và vì thế nhẫn nhục là cách để đưa ra ví dụ về sự thanh bình. Nếu ta muốn tạo ra một bầu không khí tĩnh lặng ở nơi nào đó, vậy thì ta phải phát triển sự nhẫn nhục – không chỉ chịu đựng đau đớn mà còn nhìn thấy khía cạnh thú vị của hoàn cảnh đó, nơi ta thấy mình đang bị chọc tức. Và nếu ta có thể nhìn thấy khía cạnh đặc biệt đó, khía cạnh mỉa mai (đồng thời cũng là khía cạnh thú vị), thì rồi bằng cách nào đó hoàn cảnh không còn quấy rầy và không còn xâm phạm niềm tĩnh lặng riêng tư của ta nữa. Nếu ta có thể chấp nhận điều này một cách thảnh thơi, một cách trầm lặng, thì đó đã là bước đầu tiên trong việc tạo ra một cảm giác thanh bình, một không khí yên tĩnh; và rồi một người nào đó có lẽ cũng cảm thấy như thế, cho dù không nói ra.

Vì thế *nhẫn nhục là chìa khóa của sự phát triển một trung tâm rộng mở và sự hình thành một nền tảng yên ổn cho việc hành thiền.* Hơn nữa, thật quan trọng để quan hệ với cuộc đời, để quan hệ với con người và cuộc sống trần gian, nơi ta phải sống. Đối với hầu hết mọi người, nhẫn nhục có ý nghĩa hơi khác biệt, hầu như mang tính đạo đức, của sự trầm tĩnh, hồn nhiên và không nói nhiều: đời sống có thể đau khổ, nhưng ta chỉ chịu đựng cuộc sống với một nụ cười gượng gạo; và đó chẳng phải là nhẫn nhục gì cả. Bởi vì nếu ta không sẵn sàng trở thành một với hoàn cảnh, không nhìn thấy khía cạnh thú vị của hoàn cảnh, thì một ngày nào đó sự kiên nhẫn mang tính đạo đức này chắc chắn sẽ gãy đổ, chắc chắn sẽ bùng nổ, và rồi sẽ chẳng còn chỗ dành cho sự nhẫn nhục.

THIỀN ĐỊNH

Thiền là một chủ đề rộng rãi và đã có nhiều phát triển qua các thời đại và nhiều thay đổi giữa các truyền thống tôn giáo khác nhau. Tuy nhiên, nói rộng ra, tính chất căn bản của thiền chỉ mang một trong hai hình thức. Hình thức thứ nhất bắt nguồn từ những giáo lý liên quan đến sự khám phá thể tính của hiện hữu; hình thức thứ hai liên quan đến sự truyền thông với khái niệm phổ quát hay ngoại tại về Thượng đế. Trong cả hai trường hợp thiền là cách duy nhất để đưa giáo lý vào thực hành.

Nơi nào có ý niệm về một Hiện hữu ngoại tại "cao cả", nơi đó cũng có một nhân cách nội tại –được biết đến như cái "tôi" hay tự ngã. Trong trường hợp này, tập thiền trở thành một cách phát triển sự thông tri với một Hiện hữu ngoại tại. Điều này có nghĩa ta tự cảm thấy thấp kém và ta đang cố gắng nối kết với cái cao hơn, vĩ đại hơn. Thiền như thế đặt nền tảng trên tín tâm (devotion). Loại thiền này về căn bản là một loại thiền tập nội tại hay nội quán, rất phổ biến trong Ấn giáo, trong đó trọng tâm là thể nhập vào trạng thái nội tại của samadhi (*thiền định*), vào chiều sâu của trái tim. Ta tìm thấy một kỹ thuật tương tợ được thực hành trong giáo lý chính thống của Thiên chúa giáo, trong đó lời cầu nguyện của trái tim được dùng đến và sự tập trung vào trái tim được nhấn mạnh. Đây là phương tiện đồng nhất tự thân với Hiện hữu ngoại tại và đòi hỏi sự thanh tịnh hóa tự thân. Niềm tin căn bản là ta bị tách rời khỏi Thượng đế, thế nhưng vẫn có một dấu nối, ta vẫn là một phần của Thượng đế. Sự rối rắm này đôi khi xuất hiện, và để nhìn thấy thật rõ ràng ta phải nỗ lực hướng nội và cố gắng nâng tiêu chuẩn của tính chất cá thể lên tầm một ý thức cao hơn. Cách thức này sử dụng các cảm xúc và các sự tu tập dựa vào tín tâm, nhằm tiếp cận với Thượng đế hay các thần linh hay một vị thánh đặc biệt nào đó. Những sự tu tập dựa vào tín tâm này cũng có thể bao gồm luôn việc trì chú.

Hình thức thứ hai, và cũng là hình thức chính yếu của thiền, thì hầu như trái ngược hẳn về phương pháp, dù rằng cuối cùng nó cũng dẫn đến các kết quả tương tợ. Ở đây không có sự tin tưởng vào cái cao hơn hay thấp hơn;

không có sự xuất hiện của ý tưởng về các tầng bậc khác nhau hay về một tình trạng kém phát triển. Ta không cảm thấy thấp kém, và những gì ta đang cố đạt đến không phải là cái gì đó cao cả hơn bản thân ta. Vì thế tập thiền không đòi hỏi một sự tập trung nội tại vào trái tim. Không có khái niệm tập trung nào cả. Ngay cả những cách tu tập như tập trung vào các chakra (*luân xa*), hay trung tâm huyền diệu của cơ thể, cũng được thực hành theo một cách khác hẳn. Mặc dù một số giáo pháp của nhà Phật có đề cập đến khái niệm về các luân xa nhưng những sự tu tập liên quan đến luân xa không đặt nền tảng vào việc phát triển một trung tâm nội tại. Vì thế, hình thức thiền căn bản này liên quan đến nỗ lực nhìn thấy cái *đang là*. Có nhiều thay đổi khác nhau về hình thức thiền này, nhưng nhìn chung tất cả đều căn cứ vào các kỹ thuật khác nhau nhằm khai mở tự thân. Vì thế, sự thành tựu được loại thiền này không phải là kết quả của việc tu tập gian khổ, lâu dài nhằm đưa bản thân ta lên một tình trạng "cao hơn"; nó cũng không nhất thiết chuyển thành một trạng thái nhập định nội tại. Đúng hơn, ta có thể gọi đó là "thiền động" (working meditation), hay thiền hướng ngoại, trong đó *các phương tiện thiện xảo và trí huệ phải được kết hợp như đôi cánh của một con chim.* Đây không phải là vấn đề thoát khỏi thế gian. Thật vậy, không có thế giới ngoại tại, thế giới của các hiện tượng ngoại tại, thì hầu như ta không thể nào tập thiền được; bởi vì cá thể và thế giới ngoại tại không tách rời nhau mà cùng hiện hữu với nhau. Vì thế không sinh khởi khái niệm cố gắng truyền thông và cố gắng hợp nhất với một Hiện hữu cao hơn nào đó.

Trong loại thiền tập này khái niệm về *cái bây giờ* đóng vai trò rất quan trọng. Thật vậy, nó là yếu tính của thiền. Bất cứ điều gì ta làm, bất cứ điều gì ta cố gắng thực hành, không nhằm mục đích đạt đến một trạng thái cao hơn hay đi theo một lý thuyết hay lý tưởng nào đó, mà chỉ là *cố gắng nhìn thấy những gì ở đây và bây giờ, không có một mục tiêu hay tham vọng nào*. Ta phải ý thức về phút giây hiện tại nhờ vào các phương tiện như tập trung vào hơi thở, một pháp tu đã phát triển trong truyền thống Phật giáo. Điều này căn cứ vào sự phát triển ý thức về cái bây giờ, bởi vì mỗi một hơi thở đều không giống nhau, nó là một sự biểu lộ của cái bây giờ. Mỗi hơi thở đều tách rời với hơi thở kế tiếp và được nhìn thấy và cảm nhận đầy đủ, không phải dưới dạng được quán sát, cũng không chỉ là một sự hỗ trợ cho sự tập trung, mà nó nên được xử lý đầy đủ và đúng đắn. Giống hệt như một người đang đói, ngay cả khi người đó đang ăn, cũng không biết được rằng mình đang nuốt thức ăn vào bụng. Người đó bị cuốn hút vào thức ăn đến độ hoàn toàn đồng nhất mình với những gì đang làm và hầu như trở thành một với hương vị và sự thưởng thức. Cũng thế với hơi thở, toàn bộ ý tưởng là cố gắng kịp thời nhìn xuyên suốt chính giây phút đó. Vì thế trong trường hợp này, khái niệm cố trở thành cái gì đó cao hơn không khởi lên, và các ý tưởng không còn quan trọng lắm. Từ một cách nào đó, các ý tưởng để ra một lối chạy trốn; chúng tạo ra một loại lười biếng và che mờ sự sáng sủa của cái nhìn. Sự sáng suốt của ý thức chúng ta bị các khái niệm định sẵn ngăn che, và bất cứ điều gì chúng ta nhìn thấy chúng ta đều cố nhét vào một ngăn kéo nào đó hoặc bằng cách nào đó làm cho phù hợp với các định kiến của chúng ta. Vì thế các khái niệm và các lý thuyết – và, cùng loại như thế, là thần học – có thể trở thành các chướng ngại. Vì thế người ta có thể hỏi, "Nghiên cứu triết học Phật giáo để làm gì?" "Bởi vì có kinh điển và chắc chắn có một triết lý nào đó để làm niềm tin, vậy thì đó không phải là khái niệm sao?" Vấn để này tùy thuộc mỗi người, nhưng về căn bản thì nó không phải thế. Từ lúc khởi đầu ta cố vượt qua các khái niệm, và ta cố gắng, có lẽ một cách rất nghiêm túc, tìm ra cái *đang là*. Ta phải phát triển một cái tâm phê phán; nó sẽ kích thích sự thông minh. Điều này lúc đầu có thể khiến ta bác bỏ những lời thầy dạy hay sách vở viết ra, nhưng rồi dần dà ta bắt đầu cảm nhận và tìm thấy cái gì đó cho chính ta. Đó là những gì được biết đến như là sự gặp gỡ giữa sự tưởng tượng và thực tại, trong đó cảm nhận về một số từ ngữ và khái niệm gặp gỡ cái biết của trực giác, có lẽ một cách mơ hồ và không chính xác. Có thể ta không biết chắc điều ta học được có đúng hay không; tuy nhiên có một cảm nhận chung chung là ta sắp khám phá cái gì đó. Thật sự ta không thể bắt đầu bằng sự hoàn hảo, mà phải bắt đầu bằng một cái gì đó. Và nếu ta khai thác khả năng quán chiếu bằng trực giác và thông minh này, thì dần dần, từng bước một, cái cảm nhận thật sự bằng trực giác sẽ phát triển và yếu tố tưởng tượng hay hoang tưởng sẽ dần sáng tỏ và cuối cùng biến mất. Rốt cuộc cái cảm nhận mơ hồ về sự khám phá trở nên rất rõ ràng, để rồi không còn lại bất cứ hoài nghi nào. Ngay cả ở giai đoạn này có thể ta không có khả năng giải thích bằng lời sự khám phá của ta, hay ghi lại chính xác ra giấy; thật vậy, nếu cố gắng làm thế, cơ hội của ta sẽ bị giới hạn và sẽ khá nguy hiểm. Tuy nhiên khi cảm nhận này lớn mạnh và phát triển, cuối cùng ta sẽ đạt được sự hiểu biết trực tiếp, hơn là thành tựu một cái gì đó tách rời với bản thân ta. Như trong trường hợp ẩn dụ về người bị đói, ta đã trở thành một với chủ đề. Điều này chỉ có thể tựu thành nhờ tập thiền. Vì thế thiền đích thực là một sự rèn luyện – thiền là sự tu tập năng động; không phải là việc thẩm nhập vào chiều sâu nội tại mà là mở rộng và khuếch trương ra bên ngoài.

Đây là những khác biệt căn bản giữa hai thể loại tập thiền. Loại đầu có thể thích hợp cho những người này; và loại sau có thể thích hợp cho những người kia. Không có chuyện loại này thì cao hơn hay chính xác hơn loại kia. Tuy nhiên, đối với bất cứ loại nào thì trước hết ta phải vượt qua chướng ngại chính là cảm nhận mạnh mẽ về những đòi hỏi và tham vọng của ta. Việc đưa ra những đòi hỏi đối với một người, chẳng hạn như người thầy hướng dẫn, hoặc tham vọng thành tựu cái gì đó từ những gì ta đang làm, tất cả đều xuất phát từ một ham muốn có sẵn hay sự thấy thiếu; và sự thấy thiếu đó là một khái niệm tập trung. Khái niệm tập trung này vốn mù quáng. Giống như ta là người chỉ có một mắt và con mắt đó lại nằm giữa ngực. Khi cố gắng bước, ta không thể nhìn quanh và ta chỉ có thể nhìn thấy một khoảng không gian giới hạn. Vì chỉ có thể nhìn theo một hướng nên ta thiếu đi sự thông minh của việc quay đầu. Vì thế có thể bị ngã là nguy cơ rất lớn. Sự thấy thiếu này vận hành như tấm khăn che mặt và trở thành chướng ngại cho sự khám phá giây phút hiện tiền. Bởi vì sự thấy thiếu đặt nền tảng vào tương lai hoặc vào việc cố gắng tiếp tục cái gì đó đã hiện hữu trong quá khứ, cho nên cái bây giờ hoàn toàn bị lãng quên. Có thể có một nỗ lực nào đó nhằm tập trung vào cái bây giờ, nhưng có lẽ chỉ hai mươi phần trăm của ý thức căn cứ vào hiện tại và phần còn lại tản mác vào quá khứ hoặc tương lai. Vì thế không có đủ lực để nhìn thấy trực tiếp cái đang hiện hữu ở đó.

Ở đây giáo lý vô ngã cũng đóng một vai trò quan trọng. Không chỉ có vấn đề bác bỏ sự hiện hữu của tự ngã, vì tự ngã là cái tương đối. Nơi nào có một nhân vật ngoại tại, một hiện hữu cao hơn, hay khái niệm về một cái gì đó tách biệt với bản thân ta, thì ta có khuynh hướng suy nghĩ rằng: vì có cái ngoài kia cho nên cũng phải có cái ở đây. Hiện tượng ngoại giới đôi khi trở thành cái thống ngự và dường như có tất cả các tính chất lôi cuốn hoặc áp đảo, vì thế ta dựng lên một cơ cấu phòng vệ nhằm chống lại nó mà không thấy được rằng đó chính là sự tiếp diễn của những gì thuộc ngoại giới. Ta cố tách ta khỏi ngoại giới, và điều này tạo ra một cái bong bóng khổng lồ trong ta, một cái bong bóng chỉ toàn nước và không khí; hoặc trong trường hợp này, chỉ chứa đựng sự sợ hãi và bóng dáng của thế giới ngoại tại. Vì thế cái bong bóng khổng lồ này ngăn chặn sự thâm nhập của bất cứ loại không khí trong lành nào, và đó chính là cái "tôi", tức tự ngã. Vì thế, trong ý nghĩa đó có sự hiện hữu của tự ngã nhưng thực ra chỉ là một hiện hữu ảo. Khi đã dựng lên một hiện hữu như thế rồi, ta thường muốn tạo ra một thần tượng hay một nơi trú ẩn nào đó ở ngoại giới. Trong tiềm thức ta biết cái "tôi" này chỉ là một chiếc bong bóng và nó có thể vỡ bất cứ lúc nào, vì thế ta cố bảo vệ hết sức, bảo vệ có ý thức hoặc vô thức. Thật ra ta đã rất khôn khéo khi làm được điều này, vì thế ta đã tìm cách gìn giữ nó trong hàng trăm năm. Giống như người có một cặp kính và đã cất giữ nó an toàn trong hộp hay bất cứ vật đựng nào khác để cho vật gì cũng có thể vỡ nhưng riêng nó thì không. Người đó có thể cảm thấy rằng những thứ khác có thể chịu được va chạm nhưng riêng nó thì không, vì thế nó sẽ kéo dài lâu hơn. Cũng thế tự ngã tồn tại lâu hơn chỉ vì ta có cảm giác nó có thể vỡ bất cứ lúc nào. Ta sợ nó bị hủy hoại vì điều đó quá dễ xảy ra; ta cảm thấy mình quá phiêu lưu. Có một tính khí như thế và một kiểu cách hấp dẫn như thế được dựng lên bên ngoài chúng ta, mặc dù thật ra đó chỉ là những phản ánh của chính chúng ta. Điều này giải thích tại sao khái niệm vô ngã thật ra không phải là vấn đề có hay không một bản ngã, hay tương tự thế, có hay không sự hiện hữu của Thượng đế. Đúng ra vấn đề chỉ là vứt bỏ cái ý niệm về chiếc bong bóng đó. Làm được như thế thì ta không phải chi li đi phá ngã hay lên án Thượng đế. Và khi chướng ngại đó được dỡ bỏ thì ta có thể nới rộng ra và bơi thẳng qua. Tuy nhiên điều này chỉ có thể tựu thành nhờ vào thiền tập; và ta phải tiếp cận sự tu tập này một cách cụ thể và giản dị. Lúc đó ta có thể tìm thấy kinh nghiệm kỳ diệu của sự hoan lạc hay ân phước, hay có thể bất cứ điều gì đó, trong mỗi một sự vật. Đó là cái ta cố đạt thành qua vipassana, hay thiền tập "nội quán". Một khi ta đã thiết lập được kiểu mẫu rèn luyện căn bản và phát triển được cách thức xử lý hoàn cảnh một cách bình thường – bằng sự hít thở hay đi bộ hay bất cứ gì ta làm – thì lúc đó ở vào một tầng bậc nào đó những gì thuộc về kỹ thuật sẽ dần dần biến mất. Thực tại sẽ dần dần trải rộng ra để cho ta chẳng cần phải dùng đến bất kỳ kỹ thuật nào cả. Trong trường hợp này ta không cần phải hướng nội, mà có thể càng ngày càng hướng rộng ra bên ngoài. Và càng mở rộng ra thì ta càng đến gần sự chứng ngộ một hiện hữu không có trung tâm.

Đó là kiểu mẫu căn bản của loại thiền này, dựa vào ba yếu tố nền tảng: (1) không tập trung vào nội tại, (2) không mong muốn trở thành cao cả hơn, và (3) trở thành đồng nhất với cái ở đây và bây giờ. Ba yếu tố này vận hành qua việc tập thiền, từ lúc khởi đầu cho đến khi chứng ngộ.

Hỏi: Trong bài nói chuyện ông đã để cập đến cái bây giờ, và tôi đang thắc mắc làm sao có thể ý thức về cái tuyệt đối vào lúc đang ý thức về cái giây phút tương đối?

Đáp: Chúng ta phải khởi đầu bằng cách vận hành qua bình diện tương đối cho đến khi cuối cùng cái bây giờ này có được một phẩm tính sống động đến độ nó không còn phụ thuộc vào cái cách thức tương đối của việc biểu tỏ cái bây giờ. Ta có thể nói rằng cái *bây giờ* lúc nào cũng hiện hữu, nằm ngoài khái niệm về cái tương đối. Nhưng vì mọi khái niệm đều căn cứ vào ý niệm tương đối nên không thể tìm ra bất cứ từ ngữ nào nằm ngoài ý niệm đó. Vì thế cái bây giờ là cách duy nhất để nhìn thấy trực tiếp. Trước hết nó nằm giữa quá khứ và tương lai. Kế đó ta dần khám phá ra cái bây giờ chẳng phụ thuộc vào cái tương đối gì cả. Ta phát hiện quá khứ không hiện hữu, tương lai không hiện hữu, và mọi cái đều xảy ra bây giờ. Tương tợ, để diễn tả không gian trước hết ta có thể phải làm ra một cái bình, rồi phải đập vỡ đi, và rồi ta thấy rằng cái trống rỗng phía trong bình giống hệt cái trống rỗng phía ngoài bình. Đó là toàn bộ ý nghĩa kỹ thuật. Thoạt đầu, cái bây giờ thì không trọn vẹn theo một nghĩa nào đó. Hay thậm chí ta có thể nói thiền thì không viên mãn; đó chỉ là một pháp tu hoàn toàn nhân tạo. Ta ngồi và cố gắng giữ yên và tập trung vào hơi thở, vân vân. Nhưng rồi sau khi đã bắt đầu theo cách đó, ta dần cảm thấy có một cái gì hơn cả điều đó. Vì thế nỗ lực ta đã đặt vào đó – vào việc khám phá cái bây giờ chẳng hạn – sẽ không uổng phí, cho dù cùng lúc có thể ta thấy rằng điều đó hơi ngu xuẩn. Thế nhưng đó lại là phương cách duy nhất để bắt đầu.

Hỏi: Đối với thiền, một thiền sinh có phải vứt bỏ tự ngã trước khi bắt đầu, hay điều đó xảy ra một cách tự nhiên trong quá trình học đạo?

Đáp: Điều này xảy đến tự nhiên, vì ta không thể bắt đầu mà không có tự ngã. Và về căn bản, tự ngã không xấu. Tốt và xấu thật sự không hiện hữu ở đâu cả; đó chỉ là một phụ phẩm. Theo nghĩa nào đó, tự ngã là giả hữu, nhưng không nhất thiết phải xấu. Ta phải khởi đầu bằng tự ngã, và sử dụng tự ngã, và từ đó nó sẽ mòn dần đi, như một đôi giày. Nhưng ta phải dùng nó và làm cho nó mòn đi một cách toàn triệt. Vì thế nó không được duy trì. Nếu không, khi ta cố đẩy tự ngã sang một bên và khởi đầu một cách hoàn hảo, ta có thể trở thành ngày càng hoàn hảo theo một cách khá phiến diện; trong khi cũng cùng số lượng cái không hoàn hảo lại đang hình thành ở mặt bên kia; giống hệt như việc tạo ra ánh sáng cực mạnh cũng sẽ làm cho bóng tối càng tối hơn.

Hỏi: Ông có nhắc đến hai hình thức căn bản của thiền – hình thức tu tập dựa vào tín tâm hay nỗ lực kết nối với cái cao hơn; và hình thức kia chỉ là sự tỉnh giác về cái đang là – thế nhưng hình thức tín tâm cũng vẫn đóng một phần trong Phật giáo, và ta phải có những thời kinh xuất phát từ tín tâm, vân vân; vì thế tôi không hoàn toàn chắc chắn rằng làm sao điều này có thể xảy ra. Ý tôi là cả hai hình thức có vẻ khác nhau, vậy làm sao chúng có thể thật sự được phối hợp với nhau?

Đáp: Vâng. Nhưng loại thiền tập dựa vào tín tâm được tìm thấy trong Phật giáo chỉ là một tiến trình khai mở, tiến trình hàng phục tự ngã. Đó là tiến trình tạo ra một vật chứa. Tôi không có ý lên án hình thức tín tâm đó, nhưng nếu ta quán sát từ quan điểm của người sở đắc một phương cách sử dụng thiện xảo kỹ thuật đó, thì lúc đó tín tâm lại trở thành một mong muốn giải thoát tự thân. Ta thấy mình như bị tách rời với những cái khác, như bị giam hãm và bất toàn. Ta xem mình như đã xấu xa từ căn bản, và ta đang cố gắng bứt ra. Nói cách khác, phần bất toàn của bản thân ta thì đồng nhất với "ta" và bất cứ cái gì hoàn mãn thì lại đồng nhất với cái gì đó hoàn mãn ở bên ngoài; và vì thế những gì còn lại là phải nỗ lực vượt thoát sự giam hãm. Hình thức tín tâm này là một sự tỉnh giác quá cường điệu về tự ngã, về khía cạnh tiêu cực của tự ngã. Mặc dù có hàng trăm hình thức khác nhau của loại thiền tập tín tâm này trong Phật giáo, và có nhiều ký tải về tín tâm đối với guru, hay về khả năng nối kết với guru, và về việc tựu thành tâm giác ngộ nhờ tín tâm; thế nhưng trong những trường hợp này tín tâm luôn luôn được bắt đầu mà không có sự quy hướng về tự ngã. Chẳng hạn, trong bất cứ thời kinh hay nghi lễ nào có sử dụng biểu tượng hay sự quán tưởng chư Phật thì trước khi bất cứ sự quán tưởng nào được tạo ra, ta phải có sự tập thiền vô sắc trước tiên, tức loại thiền tạo ra một khoảng không gian hoàn toàn rộng mở. Và khi kết thúc ta luôn luôn tụng đọc đoạn kinh Threefold Wheel (*Tam Luân*): "Con không hiện hữu; sự quán tưởng ngoại giới không hiện hữu; và hành động quán tưởng không hiện hữu" – có nghĩa là bất cứ cảm nhận thành tựu nào cũng đều được ném trở lại cái rộng mở, vì thế ta không cảm thấy mình đang thâu nhặt bất cứ cái gì. Tôi nghĩ đó là điểm căn bản. Ta có thể cảm nhận được nhiều tín tâm, nhưng tín tâm đó là một loại hình trừu tượng của tín tâm không quy kết bên trong. Ta chỉ đồng nhất với cảm nhận tín tâm đó, và chỉ chừng đó thôi. Có lẽ đây là một khái niệm khác về tín tâm, trong đó không trung tâm nào tồn tại mà chỉ có tín tâm hiện hữu. Trong khi đó, trong những trường hợp khác, tín tâm lại chứa đựng một đòi hỏi. Có sự mong đợi sẽ thu hoạch trở lại cái gì đó từ tín tâm.

Hỏi: Không có phát sinh nỗi sợ hãi lớn lao khi ta đạt đến điểm khai mở và chịu từ bỏ hay sao?

Đáp: Sợ hãi là một trong những vũ khí của tự ngã. Nó bảo vệ tự ngã. Nếu ta đạt đến giai đoạn bắt đầu nhìn thấy sự ngu muội của tự ngã thì sẽ có nỗi sợ đánh mất tự ngã; và sợ hãi là một trong những vũ khí cuối cùng của nó. Vượt qua điểm đó, sợ hãi không còn tồn tại, vì đối tượng của sự sợ hãi là làm cho người nào đó lo sợ, và khi người đó không có mặt ở đó thì sự sợ hãi bị mất tác dụng. Quý vị thấy, nỗi sợ hãi liên tục được sự đáp ứng của quý vị ban cho sức sống, và khi không còn ai đáp ứng – tức sợ đánh mất tự ngã – thì sợ hãi ngưng hiện hữu.

Hỏi: Có phải ông đang nói về tự ngã như một đối tượng?

Đáp: Theo nghĩa nào vậy?

Hỏi: Theo nghĩa nó là một phần của môi trường ngoại giới.

Đáp: Như tôi đã nói, tự ngã giống như chiếc bong bóng. Ở mức độ nào đó nó là một đối tượng, bởi vì dù không thật sự hiện hữu – nó vốn vô thường – nhưng trong thực tế nó tự hiển lộ như một đối tượng hơn là một đối tượng có thật. Đó là một cách khác nhằm bảo vệ bản thân ta, nhằm cố gắng duy trì tự ngã.

Hỏi: Có phải đây là một khía cạnh của tự ngã?

Đáp: Đúng.

Hỏi: Vậy thì ông không thể phá hủy tự ngã; nếu không, ông sẽ đánh mất năng lực nhận thức, năng lực tri nhận.

Đáp: Không, không nhất thiết phải như thế. Vì tự ngã không hàm chứa sự hiểu biết. Nó không chứa đựng sự nội quán nào cả. Hiện hữu của tự ngã lúc nào cũng là một giả hữu và chỉ có thể tạo ra sự mê mờ, trong khi nội quán là một cái gì đó nhiều hơn thế.

Hỏi: Có phải ông muốn nói rằng tự ngã là một hiện tượng biến dị hơn là một hiện tượng căn bản?

Đáp: Vâng, rất đúng như thế. Theo nghĩa nào đó tự ngã là trí huệ, nhưng tự ngã cũng tỏ ra ngu muội. Quý vị thấy, khi ý thức được mình ngu muội thì đó là điểm khởi đầu của việc tìm thấy trí huệ – nó chính là trí huệ.

Hỏi: Làm thế nào ta quyết định được, trong tự thân, tự ngã là vô minh hay trí huệ?

Đáp: Thật sự không phải là vấn đề quyết định. Đơn giản chỉ là ta nhìn thấy theo cách đó. Quý vị thấy, về căn bản không có một chất rắn, mặc dù ta nói về tự ngã hiện hữu như một sự vật rắn chắc có nhiều khía cạnh khác nhau. Nhưng thật ra nó chỉ sống qua thời gian như một tiến trình tạo tác liên tục. Nó liên tục chết đi và sinh trở lại. Vì thế tự ngã không thực hữu. Thế nhưng tự ngã cũng hoạt động như một loại trí huệ: khi tự ngã chết, đó chính là trí huệ, và khi tự ngã được minh xác lần đầu tiên thì đó là sự khởi đầu của chính vô minh. Vì thế trí huệ và tự ngã không thật sự tách rời nhau chút nào cả. Điều này hình như hơi khó định nghĩa, và theo cách nào đó có lẽ ta sẽ sung sướng hơn nếu có được sự phân chia rạch ròi giữa trắng và đen, nhưng bằng cách nào đi nữa thì đó không phải là kiểu tồn tại tự nhiên. Chẳng có sự phân cách rạch ròi nào cả giữa trắng và đen, và mọi vật đều phụ thuộc lẫn nhau. Bóng tối là một khía cạnh của ánh sáng, và ánh sáng là một khía cạnh của bóng tối. Vì thế ta không thể lên án một mặt và xây dựng mọi thứ lên mặt kia. Mỗi cá thể hoàn toàn tự do tìm ra con đường của riêng mình, và có thể làm được như vậy. Giống như một con chó chưa bao giờ bơi – nếu bỗng dưng bị ném xuống nước, nó có thể bơi. Tương tự, chúng ta có một loại bản năng tâm linh ở trong chúng ta và nếu chúng ta sẵn lòng mở rộng tự thân, thì bằng cách nào đó chúng ta có thể tìm thấy ngay con đường của mình. Đó chỉ là vấn đề khai mở và ta không cần phải có một định nghĩa rạch ròi nào cả.

Hỏi: Xin ông tóm tắt mục đích của thiền định?

Đáp: Vâng, thiền đang để cập đến tự thân mục đích. Thiền không nhắm đến một cái gì đó, mà nó chỉ nói đến mục đích. Nói chung, chúng ta có một mục đích dành cho bất cứ cái gì chúng ta làm: một cái gì đó sắp xảy ra trong tương lai. Vì thế điều tôi đang làm bây giờ thì quan trọng – mọi chuyện đều liên quan đến cái đó. Thế nhưng trọn vẹn ý nghĩa của thiền là phát triển một cách thức tiếp cận mọi việc một cách khác hẳn, trong đó quý vị không có mục đích nào cả. Thật vậy, thiền đang để cập đến vấn để có hay không có cái được xem là mục đích. Và khi ta học được phương cách khác để tiếp cận với hoàn cảnh thì ta không còn phải có một mục đích. Không phải ta đang trên đường đi đến một nơi nào đó, mà đúng ra là ta đang đi và cũng đến đích cùng lúc. Đó thật sự là ý nghĩa của thiền.

Hỏi: Vậy có phải ông muốn nói đó là sự hòa nhập với thực tại?

Đáp: Đúng, vì thực tại lúc nào cũng ở đó. Thực tại không phải là một thực thể chia cắt, vì thế vấn để là trở thành một với thực tại, hoặc nằm trong thực tại – không phải tựu thành sự đồng nhất mà là trở thành đồng nhất với nó. Ta đã là một phần của thực tại đó, vì thế tất cả những gì còn lại là vứt bỏ sự nghi ngờ. Rồi ta sẽ khám phá ra rằng lúc nào ta cũng có ở đó.

Hỏi: Có chính xác để mô tả điều này chính là sự liễu ngộ được rằng cái được nhìn thấy (visible) không phải là thực tại?

Đáp: Cái được nhìn thấy? Xin ông nói rõ hơn một chút?

Hỏi: Tôi đang nghĩ đến thuyết của William Blake về sự hòa đồng giữa người quan sát và cái được quan sát, và những gì được nhìn thấy chẳng phải thực tại gì cả.

Đáp: Những cái được nhìn thấy, trong ý nghĩa này, chính là thực tại. Không có gì vượt ra khỏi cái bây giờ cả. Vì thế, những gì ta thấy là thực tại. Nhưng do lối nhìn thông thường của chúng ta, chúng ta không nhìn thấy chúng một cách chính xác như chúng là.

Hỏi: Vậy có phải ông muốn nói rằng mỗi người là một cá thể và phải tìm ra một con đường riêng cho mình để đi đến đó?

Đáp: Tôi nghĩ điều này đưa chúng ta trở lại vấn đề tự ngã mà chúng ta đã bàn đến. Quý vị thấy, có một cái được coi là nhân cách theo một cách nào đó. Tuy nhiên chúng ta thật sự không phải là các cá thể theo nghĩa tách rời với hoàn cảnh, hoặc tách rời với hiện tượng ngoại giới. Điều này giải thích tại sao phải cần đến một cách tiếp cận khác. Trong khi đó, nếu chúng ta là các cá thể và không có sự nối kết với những gì còn lại, vậy thì sẽ không cần đến một kỹ thuật khác dẫn đến sự đồng nhất. Điều quan trọng là có sự hiển lộ của cá thể tính, nhưng cá thể tính này lại đặt nền tảng trên tương đối tính. Nếu có cá thể tính thì cũng phải có đồng nhất tính.

Hỏi: Vâng. Nhưng chính cá thể tính làm nên đồng nhất tính. Nếu chúng ta không phải là các cá thể, chúng ta không thể trở thành một. Có phải như vậy không?

Đáp: Từ ngữ "cá thể" hơi tối nghĩa. Lúc đầu có thể cá thể tính được coi trọng thái quá bởi vì có nhiều khía cạnh cá thể khác nhau. Ngay cả khi chúng ta đạt đến giai đoạn chứng ngộ có thể vẫn có một yếu tố của từ bi, một yếu tố của trí huệ, một yếu tố của năng lực và tất cả các loại biến thể khác. Nhưng cái chúng ta mô tả như một cá thể lại là cái nhiều hơn điều đó. Chúng ta có khuynh hướng xem nó như một nhân vật với rất nhiều thứ được thiết lập trên đó; đó là cách tìm kiếm một loại an toàn nào đó. Khi có trí huệ, chúng ta cố chất chứa mọi thứ lên đó, và rồi nó trở thành một thực thể hoàn toàn tách biệt, một con người riêng rẽ – một điều vốn không phải như thế. Tuy nhiên vẫn có những khía cạnh cá thể, vẫn có tính chất cá nhân. Vì thế trong Ấn giáo ta tìm thấy những khía cạnh khác nhau của Thượng đế, những vị thần và biểu tượng khác nhau. Khi ta đạt đến sự đồng nhất với thực tại, thực tại đó không chỉ là một sự vật đơn thuần mà chúng ta còn có thể nhìn nó từ một góc độ rất rộng.

Hỏi: Nếu thiền sinh có cái tâm cởi mở và mong muốn hòa nhập làm một với tự nhiên, liệu có thể dạy họ phương pháp thiền định hay tự họ phải phát triển hình thái riêng của họ?

Đáp: Tự nhiên? Ý ông là gì?

Hỏi: Nếu thiền sinh muốn học hỏi thì họ có thể tiếp nhận giáo huấn của người khác hay họ phải tự mình tìm hiểu lấy?

Đáp: Thật ra việc tiếp nhận khẩu truyền các giáo huấn là rất cần thiết. Mặc dù họ phải học cách cho trước khi có thể nhận bất cứ cái gì, nhưng họ còn phải học từ bỏ. Kế đến họ sẽ thấy rằng toàn bộ ý nghĩa của việc học sẽ kích khởi sự hiểu biết của họ. Điều này cũng tránh khỏi việc khởi lên một cảm nhận lớn lao về sự thành tựu, làm như mọi thứ đều là "việc riêng của tôi", tức khái niệm về một con người tự lập.

Hỏi: Chắc chắn đó không phải là lý do đủ để giải thích việc sẽ tiếp nhận giáo huấn của một vị thầy mà chỉ để tránh cảm nhận rằng nếu không mọi thứ đều tự lập. Ý tôi là trong trường hợp một người nào đó như Ramana Maharshi, người đã đạt được chứng ngộ mà không cần đến một vị thầy ở ngoài; chắc chắn ông không nên đi tìm một guru ngay trong trường hợp ông có thể trở thành tự cao?

Đáp: Không. Nhưng ông ấy là trường hợp ngoại lệ; đó là

toàn bộ vấn đề. Có một con đường, điều này có thể. Và căn bản là không ai có thể truyền đạt hay chuyển tải bất cứ điều gì cho bất cứ ai. Ta phải khám phá tự trong chính mình. Vì thế có lẽ trong vài trường hợp người ta có thể làm được điều đó. Thế nhưng theo cách nào đó việc dựng lập trên tự thân thì tương tợ như tính chất của tự ngã. Ta đang ở vào tình cảnh khá nguy hiểm. Nó có thể dễ dàng trở thành hoạt động của tự ngã, vì đã có sẵn khái niệm về cái "tôi" và rồi ta muốn xây đắp nhiều hơn lên mặt đó. Tôi nghĩ – và có thể điều này nghe đơn giản nhưng đó thật sự là toàn bộ – là ta học từ bỏ từ từ, và hàng phục tự ngã là một chủ đề rất lớn. Hơn nữa, người thầy hành động như một tấm gương soi, người thầy phóng trả sự phản ánh của chính ta. Rồi lần đầu tiên quý vị có thể nhìn thấy mình đẹp hoặc mình xấu như thế nào.

Có lẽ tôi nên đề cập ở đây một hoặc hai điểm nhỏ về thiền mặc dù chúng ta đã bàn đến bối cảnh chung của chủ đề.

Nói chung, giáo huấn về thiền không thể được trình bày trong một lớp học. Phải có một sự liên hệ riêng tư giữa thầy và trò. Cũng phải có vài sự thay đổi trong mỗi kỹ thuật căn bản, chẳng hạn như ý thức về hơi thở. Thế nhưng có lẽ tôi nên đề cập vắn tắt phương cách tập thiền căn bản, và rồi nếu quý vị muốn đi xa hơn thì tôi tin chắc quý vị có thể làm vậy và tiếp nhận thêm nữa các giáo huấn từ một vị thiền sư.

Như tôi đã nói, loại thiền này không liên quan đến nỗ lực phát triển sự tập trung. Mặc dù nhiều cuốn sách viết về Phật giáo đề cập đến những pháp tu như shamatha (*thiền chỉ*) là pháp tu nhằm phát triển định lực, nhưng tôi nghĩ thuật ngữ này đã bị hiểu lầm theo cách nào đó. Ta có thể nảy sinh ý tưởng là thiền tập có thể sử dụng trong thương mại, và ta sẽ có thể tập trung vào việc đếm tiền hoặc một công việc gì như thế. Thế nhưng thiền không chỉ dùng trong thương mại; nó là một khái niệm khác về sự tập trung. Quý vị biết đấy, thông thường ta không thể thật sự tập trung. Nếu ta cố gắng hết mình để tập trung, vậy thì ta phải cần đến loại tư tưởng đang tập trung vào chủ đề đó và cũng cần đến cái làm cho tư tưởng đó tăng nhanh lên. Như vậy có hai tiến trình liên quan; và tiến trình thứ hai là một loại giám sát, bảo đảm rằng ta đang thực hành đúng. Tiến trình thứ hai đó phải được lấy đi; nếu không, ta sẽ thấy mình đang ý thức về mình nhiều hơn và chỉ biết rằng ta đang tập trung, hơn là đang ở trong trạng thái tập trung. Điều này trở thành một vòng luẩn quẩn. Vì thế ta không thể phát triển sự tập trung nếu không lấy đi sự giám sát trung tâm, sự cố gắng cẩn trọng – vốn là tự ngã. Vì thế việc tu tập thiền chỉ, ý thức về hơi thở, không quan tâm đến sự tập trung vào hơi thở.

Tư thế ngồi kiết-già thường được áp dụng ở phương Đông, và nếu ta có thể ngồi theo tư thế đó thì sẽ thích hợp hơn. Lúc đó ta có thể tập tọa thiền bất cứ ở đâu, ngay cả ở giữa một cánh đồng, và ta không cần phải để ý đến chỗ ngồi hay đang ngồi trên cái gì. Tư thế của thân thật sự có một tầm quan trọng nhất định. Chẳng hạn, nếu nằm xuống thì ta rất dễ ngủ, nếu đứng thì ta dễ bước đi. Nhưng những ai thấy khó khăn khi ngồi kiết-già thì ngồi trên ghế cũng hoàn toàn tốt. Thật vậy, trong các tranh tượng Phật giáo, tư thế ngồi trên ghế được gọi là Maitreya asana (Di-lặc tọa), vì thế hoàn toàn có thể chấp nhận được. Điều quan trọng là giữ cho lưng thật thẳng để hơi thở không bị căng thẳng. Và như đã nói, vấn đề không phải là tập trung vào hơi thở mà là nỗ lực đồng nhất với cảm nhận về hơi thở. Lúc đầu sẽ cần đến một nỗ lực nào đó, nhưng sau khi thực hành một thời gian thì chỉ cần giữ sự tỉnh giác kề cận với sự chuyển động của hơi thở. Chỉ cần theo dõi hơi thở một cách tự nhiên và ta không phải cố buộc tâm vào hơi thở. Ta cố gắng cảm nhận được hơi thở – thở ra, thở vào, thở ra, thở vào – và thường thì việc thở ra kéo dài hơn thở vào. Điều này giúp ta ý thức rõ hơn không gian và sự mở rộng của hơi thở hướng ra ngoài.

Một điều quan trọng khác là tránh đừng trở nên quá nghiêm trọng và tránh cảm giác ta đang tham dự một nghi thức đặc biệt nào đó. Ta nên cảm thấy hoàn toàn tự nhiên và chỉ cố gắng đồng nhất với hơi thở. Tất cả chỉ có thế; và không có bất cứ ý tưởng hay sự phân tích nào cần đến. Bất cứ khi nào các ý tưởng sinh khởi, chỉ việc quan sát chúng như là các ý tưởng, hơn là biến nó thành một chủ đề. Điều thường xảy ra khi ta có các ý tưởng là ta không biết rằng chúng là các ý tưởng. Giả sử như ta đang hoạch định kỳ nghỉ sắp đến của ta: ta bị cuốn hút vào các ý tưởng đến độ dường như ta đã ở trong chuyến đi mà không biết rằng đó chỉ mới là những ý nghĩ. Trong khi đó, nếu ta thấy rằng chính các ý nghĩ đã tạo nên một hình ảnh như thế, ta sẽ bắt đầu nhận ra rằng nó có chất lượng ít thật hơn. Ta không nên cố gắng đè nén các ý nghĩ trong lúc hành thiền mà ta chỉ nên cố gắng nhìn thấy bản chất biến dịch, bản chất trong mờ của các ý nghĩ. Ta không nên để cuốn vào chúng, cũng không nên bác bỏ chúng, mà chỉ quan sát chúng và rồi trở lại ý thức về hơi thở. Toàn bộ vấn đề là tập chấp nhận mọi thứ, vì thế ta không nên phân biệt hay bị lôi cuốn vào bất cứ cuộc tranh đấu nào. Đó là kỹ thuật thiền căn bản, và nó hoàn toàn đơn giản và trực tiếp. Không nên có sự cố gắng chi li, nỗ lực kiểm soát và nỗ lực được an bình. Đây là lý do tại sao việc thở lại được dùng đến. Hơi thở thì dễ cảm nhận, và ta không cần phải có ý thức về bản thân hay cố gắng làm bất cứ điều gì. Hơi thở lúc nào cũng có và ta chỉ việc cảm nhận nó. Đó là lý do tại sao cần phải bắt đầu bằng kỹ thuật. Đây là cách khởi đầu căn bản, nhưng nó thường diễn tiến và phát triển theo cách riêng của nó. Đôi khi ta thấy mình đang thực hiện hơi khác với lúc mới bắt đầu, hoàn toàn một cách tự nhiên. Điều này không nên phân loại là kỹ thuật cấp cao hay kỹ thuật của người sơ cơ. Nó chỉ lớn mạnh và phát triển dần dần.

TRÍ HUỆ

Prajna, wisdom, trí huệ. Có lẽ từ *wisdom* trong Anh ngữ có nghĩa hơi khác một tí. Nhưng từ *sherab* trong Tạng ngữ lại có một nghĩa chính xác: *she* có nghĩa là cái biết, sự biết; và *rab* có nghĩa là tối hậu – từ đó có nghĩa cái biết căn bản hay đầu tiên, cái biết cao hơn. Vì thế sherab không phải là cái biết chuyên biệt theo nghĩa kỹ thuật hay giáo dục, như biết thần học Phật giáo, hay biết phương pháp làm những việc gì đó, hay biết lĩnh vực siêu hình học của giáo pháp. Ở đây, biết có nghĩa là biết được hoàn cảnh, là sự biết được (knowingness) hơn là kiến thức thực thụ (actual knowledge). Đó là sự biết không có một bản ngã, không có ý thức quy ngã cho ta biết rằng ta đang biết – điều này liên quan đến tự ngã. Vì thế cái biết này – prajna hay sherab – thì rộng lớn và nhìn xa, mặc dù cùng lúc nó cũng rất sâu sắc và chính xác, và nó thâm nhập vào mọi phương diện của đời sống chúng ta. Vì thế nó đóng một vai trò quan trọng trong sự phát triển của chúng ta, giống như upaya, phương pháp, vốn là phương tiện thiện xảo trong việc tiếp cận với hoàn cảnh một cách đúng đắn. Thật ra, hai phẩm tính này – prajna và upaya – có khi được ví với hai cánh chim. Trong kinh điển, upaya được mô tả như một bàn tay, khéo léo, và prajna như một cái rìu, vì sắc bén và đâm thủng. Không có cái rìu, ta không thể chẻ củi, mà còn làm bàn tay tổn thương. Vì thế ta có thể có phương tiện thiện xảo nhưng lại không thể làm việc có hiệu quả. Nhưng nếu có thêm prajna, giống như có thêm con mắt hay ánh sáng, thì ta có thể hành động đúng và khéo léo. Nếu không, phương tiện thiện xảo có thể trở thành ngu xuẩn, bởi vì chỉ có sự biết mới làm cho chúng ta khôn ngoan. Thật vậy, chính upaya có thể tạo thành những kẻ ngu xuẩn nhất, bởi vì mọi thứ vẫn đều đặt trên tự ngã. Ta có thể nhìn thấy hoàn cảnh ở mức nào đó và phần nào có thể tiếp cận nó, nhưng ta sẽ không nhìn thấy nó một cách sáng suốt mà không bị tác động của quá khứ và vị lai, và ta sẽ để tuột mất cái ngay bây giờ của hoàn cảnh.

Nhưng có lẽ chúng ta nên xem xét làm thế nào phát triển được sự biết này, hay sherab, trước khi chúng ta đi vào chi tiết hơn. Bây giờ có ba phương pháp cần thiết để đào luyện sherab; trong Tạng ngữ là *töpa, sampa,* và *gompa.* Töpa có nghĩa là nghiên cứu chủ đề, sampa là xem xét chủ đề, và gompa là chiêm nghiệm và phát triển samadhi (*định*) thông qua vào chủ đề. Vì thế, trước tiên là töpa – học hỏi, nghiên cứu – thường được kết hợp với kiến thức kỹ thuật và sự hiểu biết kinh điển, vân vân. Tuy nhiên, sự hiểu biết thật sự vượt xa những điều trên như ta đã biết. Và đòi hỏi trước tiên đối với töpa là phát khởi sự dũng cảm, trở thành một chiến sỹ vĩ đại. Chúng ta đã để cập đến khái niệm này trước đây, nhưng có lẽ nên đi sâu vào chi tiết hơn. Bây giờ khi người chiến sỹ thật sự bước vào trận đánh, anh ta không còn quan tâm đến quá khứ, với ký ức về sự vĩ đại và sức mạnh trước đây; cũng không quan tâm đến các hậu quả trong tương lai, những ý nghĩ chiến thắng hay chiến bại, hay đau khổ và cái chết. Người chiến sỹ vĩ đại nhất biết được mình và tin tưởng lớn lao vào chính mình. Anh ta chỉ ý thức về kẻ đối đầu. Anh ta hoàn toàn bung ra và ý thức trọn vẹn hoàn cảnh mà không nghĩ đến thiện hay ác. Điều làm anh ta trở thành một chiến sỹ vĩ đại là anh ta không có ý kiến nào cả; anh ta chỉ tỉnh táo. Trong khi những kẻ đối đầu với anh ta bị cuốn vào hoàn cảnh theo cảm xúc sẽ không thể đối mặt với anh ta, vì anh ta hành động đúng sự thật và đi xuyên qua sự sợ hãi của họ và có thể tấn công họ một cách hiệu quả. Vì thế töpa, học và hiểu, đòi hỏi phẩm tính của một chiến sỹ vĩ đại. Ta nên cố gắng phát triển cái biết lý thuyết mà không phải quan tâm đến quá khứ hay tương lai. Lúc đầu các lý thuyết của ta có thể được tạo cảm hứng nhờ đọc sách, vì thế ta không hoàn toàn loại bỏ việc học và nghiên cứu, vốn rất quan trọng và có thể cung cấp một nguồn cảm hứng. Nhưng sách vở cũng có thể trở thành một phương tiện chạy trốn thực tại; chúng có thể cho ta cái cớ để khỏi phải nỗ lực khảo sát mọi thứ một cách chi tiết cho chính bản thân ta. Ở mức độ nào đó ta ăn vì nhu cầu cơ thể, nhưng ngoài ra ta cũng đang làm điều đó vì vui thích, vì ta thích hương vị thức ăn, hoặc có thể chỉ để giết thời gian: thời gian ăn sáng, thời gian ăn trưa, thời gian uống trà hay thời gian ăn tối. Trong việc phát triển sherab, rõ ràng ta không đọc sách chỉ để tích lũy kiến thức. Ta nên đọc với sự cởi mở bao la mà không cần phải phán xét, và chỉ cố gắng tiếp nhận. Một ẩn dụ thường được đưa ra về một đứa trẻ trong tiệm bán đồ chơi. Nó thích thú mọi thứ đến độ nó trở thành một với tất cả đồ chơi trong tiệm, và cuối cùng nó rất khó khăn khi quyết định phải mua cái nào. Nó đánh mất chính khái niệm phải có một ý kiến, như "ta muốn mua cái này, ta không muốn mua cái kia". Nó trở thành một với mọi thứ đến độ nó không thể quyết định gì cả. Việc học nên như thế, không có ý kiến (Tôi thích điều này, tôi không thích điều kia), mà chỉ tiếp nhận. Cũng không phải vì trong kinh điển hay vì vị thầy nào đó nói như thế mà ta phải chấp nhận điều đó như thẩm quyền, cũng không phải ta không có quyền phê phán – mà đúng hơn là tiếp nhận từ sự cởi mở hoàn toàn, không một chướng ngại. Vì thế hãy đọc và tìm hiểu và phát triển một loại cảm hứng từ đó. Ta có thể có được nhiều điều từ mọi thứ sách vở, nhưng vẫn có một giới hạn; và khi ta đã phát triển được một loại cảm hứng chung chung và sự tự tin thì lúc đó ta nên ngừng đọc.

Đây là giai đoạn đầu của töpa, qua đó ta phát triển phần lý thuyết. Và ở một thời điểm nào đó, một điều thường xảy ra là lý thuyết này hầu như được hóa trang thành kinh nghiệm, để có thể ta sẽ có cảm giác là mình đã đạt được một trạng thái định tĩnh hay giác ngộ. Có một sự phấn khích lớn lao và ta hầu như cảm thấy mình đã nhìn thấy chính Thực tại. Thậm chí ta còn có thể phiêu lưu đến độ bắt đầu viết những khảo luận dài về chủ để này. Thế nhưng ở giai đoạn này ta phải thật cẩn thận và cố gắng đừng quá coi trọng sự tin tưởng là ta đã thực hiện được một khám phá mới tuyệt vời nào đó. Phần phấn khích của giai đoạn này không đáng kể lắm; điều cốt yếu là làm thế nào để những hiểu biết của ta trở nên hiệu quả;

nếu không, ta sẽ giống như một gã ăn xin nghèo nàn vừa tìm thấy một túi vàng. Gã choáng ngợp vì phấn khích khi nhìn thấy, vì trong tâm gã vàng gắn liền một cách mơ hồ với đồ ăn. Nhưng gã không nghĩ ra làm thế nào sử dụng nó bằng cách mua bán để thật sự có được thức ăn. Trước đây gã chưa bao giờ chạm mặt với khía cạnh đó của vàng, vì thế điều đó đã trở thành vấn đề. Tương tợ, ta không nên quá phấn khích vì khám phá của ta. Ta phải tập co cụm lại, cho dù kinh nghiệm này có thể còn phấn chấn hơn cả việc đạt được Phật quả. Điều phiền hà là ta đánh giá quá cao loại hiểu biết này, và vì quá phấn chấn vì điều đó ta bị ngăn ngại không vượt qua được cách nhìn hoàn cảnh theo lối nhị nguyên của chính ta. Ta quá coi trọng thành tựu của ta, và kết quả là niềm phấn khích này vẫn đặt nền tảng trên bản ngã, trên tự ngã. Vì thế ta phải xử lý thật khéo léo và thậm chí áp dụng cả trí huệ để đáp ứng với hoàn cảnh. Vì thế những gì ta tìm thấy phải được ứng dụng ngay lập tức. Nó cũng không được trở thành một loại công cụ chỉ để ta đem khoe với người khác. Ta cũng không được quá mê say, mà hãy dùng đến chỉ khi nào cần.

Dĩ nhiên cái biết lý thuyết này rất thú vị. Ta có thể nói rất nhiều về nó – có rất nhiều từ liên quan – và có nỗi hân hoan lớn lao khi nói cho người khác về nó. Ta có thể dành giờ này sang giờ khác để nói, tranh cãi và cố gắng phô diễn lý thuyết của mình và chứng minh giá trị của nó. Thậm chí ta còn phát triển một loại thái độ cố gắng khuyến dụ người khác tin theo lý thuyết của ta, bởi vì nó đang làm ta mê say.

Thế nhưng đó vẫn là lý thuyết. Và từ đó ta đến với sampa, suy tư về chủ đề. Sampa không phải là thiền theo nghĩa phát triển sự tỉnh giác, vân vân, mà là suy tư về chủ đề và tiêu hóa chủ đề một cách đúng đắn. Nói cách khác, những gì ta đã học chưa được phát triển đầy đủ để cho ta khả năng xử lý những điều thực tế của cuộc sống. Ví dụ, có thể ta đang nói về khám phá lớn lao của mình trong khi một sự cố nào đó đang xảy ra; sữa sôi trào chẳng hạn, hay một việc gì như thế. Có thể đó là điều hoàn toàn bình thường, nhưng dường như lại khá sôi động và khủng khiếp theo cách nào đó. Và sự chuyển dịch, từ việc đang bàn luận về chủ đề này sang việc phải làm thế nào sau khi sữa tràn, thì đúng là quá nhiều. Việc đầu thì quá cao và việc sau thì quá bình thường và thông tục đến độ bằng cách nào đó ta thấy khó ứng dụng hiệu quả hiểu biết của mình ở tầm mức đó. Sự tương phản thì quá lớn, và kết quả là ta trở nên rối trí, đột ngột chuyển hướng và trở lại tầm mức bình thường của tự ngã. Vì thế trong loại hoàn cảnh này có một khoảng hở lớn giữa hai điều; và ta phải học cách giải quyết điều này và, bằng cách nào đó, tạo sự nối kết với cuộc sống hàng ngày, và để đồng nhất các hoạt động của ta với những gì đã học được theo phương cách của trí huệ và cái biết thuộc lý thuyết. Dĩ nhiên, lý thuyết của ta là cái gì đó vượt xa cái lý thuyết bình thường, vốn có thể đã được ta tính toán làm thế nào để đưa ra một đề nghị có thể thực hiện được. Ta bị cuốn theo và có một tình cảm lớn ở trong đó. Tuy nhiên đây chỉ là lý thuyết, và chính vì lý do đó ta thấy khó áp dụng một cách có hiệu quả. Nó hình như là chân lý, nó hình như chuyển tải điều gì đó, khi ta chỉ nghĩ về chủ đề đó, thế nhưng nó có khuynh hướng trơ lỳ ra. Vì thế sampa, sự suy tư, thì cần thiết, vì ta cần tĩnh lặng sau sự phấn khích ban đầu của việc khám phá, và ta phải tìm ra cách kết nối cái biết vừa có với tự thân ta trên bình diện thực tế. Ví dụ, giả sử ta đang ngồi uống một tách trà với người thân trong gia đình vây quanh. Mọi chuyện đều bình thường và ta thấy thoải mái và hài lòng. Bây giờ làm thế nào để ta nối kết sự khám phá đầy phấn khích cái kiến thức siêu việt của ta với hoàn cảnh đặc biệt đó, với cảm nhận về giây phút đặc biệt đó? Làm thế nào ta có thể áp dụng sherab, trí huệ, trong hoàn cảnh đặc biệt đó? Dĩ nhiên ta thường kết hợp "trí huệ" với một hoạt động đặc biệt nào đó, và ta chối bỏ giây phút hiện tại ngay tức khắc. Ta thường nghĩ, "À, những gì ta làm từ trước đến giờ không phải là cái *có thật*, vì thế điều phải làm là rời khỏi đây và đi đến một nơi như thế như thế. Ta phải đi và thực hành và tiêu hóa hiểu biết của ta ở vùng hoang dã của Scotland – trong một thiền viện Tây tạng." Thế nhưng, có cái gì đó không hoàn toàn đúng, vì sớm muộn gì ta cũng phải trở về con phố quen thuộc đó và những người quen thuộc đó, và cuộc sống thường nhật lại tiếp tục; ta không bao giờ có thể chạy trốn được nó. Vì thế điều quan trọng là ta không được gắng gượng thay đổi hoàn cảnh – thật ra là ta không thể. Vì ta không phải là vua, người có thể chỉ ra lệnh và ngăn chặn mọi chuyện xảy ra. Ta chỉ có thể giải quyết cái gần ta nhất, đó là bản thân ta. Ta vẫn còn một số tự do hư ảo nào đó để tự thân quyết định, và có thể ta quyết định ra đi. Nhưng trong thực tế đó là một phương cách khác nhằm cố gắng chặn đứng thế giới, cho dù dĩ nhiên mọi thứ đều tùy thuộc vào thái độ của ta. Nếu ta chỉ nghĩ đến việc học hỏi thêm điều gì đó và đừng chối bỏ hoàn cảnh của mình thì điều này lại rất tốt. Khó khăn nảy sinh vì ta thường có khuynh hướng bỏ đi sau một sự cố đặc biệt khi mọi thứ hình như không thật và khó chịu; và ta có suy nghĩ rằng nếu như ta ở trong môi trường hay hoàn cảnh đặc biệt thì ta sẽ nhìn thấy vấn đề rất rõ ràng. Tuy nhiên đó chỉ là cách để dành lại mọi thứ cho ngày mai, và điều đó chẳng làm được gì cả. Dĩ nhiên điều này không có nghĩa ta không nên đi đến một trung tâm hành thiền để học tập hay an trú một thời gian; điều đáng nói là ta không nên cố gắng chạy trốn. Mặc dù ta có thể cởi mở nhiều hơn ở nơi chốn đặc biệt đó, nhưng điều đó không có nghĩa chỉ một mình hoàn cảnh ngoại tại là có thể giúp ta thay đổi và phát triển. Ta không được đổ lỗi cho hoàn cảnh xung quanh, ta không được trách móc người khác, ta không được đổ lỗi cho các điều kiện bên ngoài; trái lại ta đừng cố gắng thay đổi bất cứ điều gì, chỉ việc bước vào và cố gắng quan sát. Đó là sampa thật sự, suy tư thật sự về chủ đề. Và khi ta có thể vượt qua thái độ lãng mạn và tình cảm này thì ta mới có thể khám phá ra sự thật, thậm chí ngay trong chậu rửa bát. Vì thế toàn bộ vấn đề không phải là bác bỏ mà là tận dụng chính giây phút đó cho dù bất cứ hoàn cảnh nào, và chấp nhận nó và kính trọng nó.

Nếu ta có thể cởi mở như thế thì ta sẽ học thành công một cái gì đó – điều này có thể được bảo đảm không phải vì tôi có thẩm quyền nói như thế, mà vì đó là một sự thật. Điều này đã được khảo nghiệm qua hàng ngàn năm. Nó đã được chứng thực và thực hành bởi tất cả những người lão luyện vĩ đại trong quá khứ. Nó không phải là cái chỉ có đức Phật thành tựu, mà có một truyền thống lâu dài khảo sát, tìm tòi và khảo nghiệm bởi nhiều bậc thầy vĩ đại, giống như tiến trình tinh luyện vàng bằng cách đánh, nhồi và đun chảy. Vẫn không đủ để chấp nhận điều này nếu chỉ dựa vào thẩm quyền của bất cứ ai. Ta phải tự thân thâm nhập và nhìn thấy nó. Vì thế điều duy nhất có thể làm là làm cho nó có hiệu quả và bắt đầu suy tư về chủ đề prajna, vốn rất quan trọng ở đây; vì chỉ có prajna mới giải thoát chúng ta ra khỏi sự quy ngã, ra khỏi tự ngã. Các giáo pháp không có prajna vẫn trói buộc chúng ta vì chúng sẽ chỉ thêm vào cái thế giới của samsara, thế giới của sự mê mờ. Thậm chí ta có thể tập thiền hay tụng kinh hay dự các lễ nghi, nhưng nếu không có prajna, sẽ không có giải thoát; không có prajna, ta sẽ không thể nhìn thấy hoàn cảnh một cách rõ ràng. Điều đó muốn nói rằng không có prajna, ta sẽ khởi đầu từ điểm sai lầm, ta sẽ bắt đầu với suy nghĩ, "Ta muốn tựu thành cái như thế như thế, và một khi ta đã học được thì ta sẽ sung sướng biết bao!" Ở giai đoạn này prajna là nội quán sắc bén (critical insight), là phản nghĩa với vô minh, với sự mê mờ chân tính của mình. Vô minh thường được biểu tượng như một con heo, vì con heo không bao giờ quay đầu mà chỉ biết hít ngửi liên hồi và ăn bất cứ cái gì có trước mặt nó. Vì thế chính prajna khiến chúng ta có khả năng không chỉ tiêu thụ bất cứ cái gì trước mặt mà còn có thể nhìn thấy chúng với khả năng nội quán sắc bén.

Cuối cùng chúng ta đến với gompa, thiền. Đầu tiên ta có lý thuyết, kế đến là suy tư, và bây giờ là thiền – thiền theo nghĩa samadhi (*định*). Giai đoạn đầu tiên của gompa là tự hỏi, "Ta là ai?", mặc dù thật sự đây không phải là một câu hỏi. Thật ra đó là một lời phát biểu, vì "Ta là ai?" chứa đựng câu trả lời. Vấn đề không bắt đầu từ "ta" và rồi muốn thành tựu cái gì đó, mà là bắt đầu trực tiếp với chủ đề. Nói cách khác, ta bắt đầu thiền thật sự mà không nhắm đến bất cứ điều gì, không có ý nghĩ "ta muốn thành tựu". Vì ta không biết "Ta là ai?" nên ta sẽ không bắt đầu từ "ta" chút nào cả, và thậm chí ta còn bắt đầu học hỏi từ bên ngoài điểm đó. Những gì còn lại chỉ là bắt đầu trên chủ đề, bắt đầu trên cái *đang là*, vốn thật sự không phải là "Ta là". Vì thế ta đi trực tiếp đến cái đó, trực tiếp đến cái "đang là". Điều này nghe khá mơ hồ và huyền mật, vì những từ này đã được rất nhiều người dùng đến quá nhiều; vậy thì ta phải cố gắng làm sáng tỏ điều này bằng cách liên hệ nó với chính chúng ta. Điều trước tiên là đừng nghĩ về "ta", "ta muốn thành tựu". Vì không có người thành tựu, và thậm chí chúng ta cũng chưa nắm rõ điều đó; chúng ta không nên cố gắng chuẩn bị bất cứ điều gì cho tương lai.

Có một câu chuyện ở Tây tạng về một tên trộm. Y là một tên ngốc vĩ đại. Một hôm y lấy cắp một bao lớn lúa mạch và rất hài lòng với chính mình. Y treo nó bên trên giường, lòng thòng từ trần nhà, vì y nghĩ treo thế sẽ an toàn hơn, không bị chuột và các con vật khác phá. Nhưng có một con chuột rất khôn đã tìm ra cách leo lên bao lúa. Trong khi tên trộm đang nghĩ, "Bây giờ ta sẽ bán bao lúa cho một người nào đó, có lẽ là người hàng xóm sát bên, để lấy một số đồng tiền bạc. Lúc đó ta có thể mua thứ gì đó và bán để lấy lãi. Nếu ta cứ tiếp tục như thế, chẳng mấy chốc ta sẽ rất giàu. Rồi ta sẽ cưới vợ và có nhà riêng. Sau đó ta sẽ có một đứa con trai. Vâng, ta sẽ có một đứa con trai! Bấy giờ ta sẽ đặt tên nó là gì nhỉ?" Vào lúc đó mặt trăng vừa mọc và y nhìn thấy ánh trăng chiếu qua cửa sổ vào giường. Vì thế y nghĩ, "A, ta sẽ gọi nó là Dawa?" (Dawa là chữ Tây tạng để chỉ mặt trăng). Và vào đúng lúc đó con chuột đã cắn đứt sợi dây treo bao lúa. Bao lúa rơi xuống người tên trộm và đè chết y.

Tương tợ, vì chúng ta không có một đứa con trai và thậm chí chúng ta cũng không biết "Ta là ai?", chúng ta không nên tìm hiểu các chi tiết của những chuyện tưởng tượng như thế. Chúng ta không nên khởi hành bằng sự mong đợi bất cứ phần thưởng nào. Không nên tranh đấu hay cố gắng thành tựu bất cứ điều gì. Lúc đó có thể ta sẽ cảm thấy rằng "Bởi vì không có một mục đích nhất định và không có gì để đạt đến, nó sẽ không khá buồn chán sao? Nó sẽ không khá giống như đang không có mặt ở bất cứ nơi nào cả sao?" Đó là toàn bộ vấn đề. Nhìn chung ta làm mọi thứ vì ta muốn thành tựu cái gì đó; ta không bao giờ làm bất cứ điều gì mà trước tiên không nghĩ rằng, "Bởi vì..." "Ta sắp có kỳ nghỉ *bởi vì* ta muốn thư giãn, ta muốn nghỉ ngơi." "Ta sắp làm chuyện này chuyện kia *bởi vì* ta nghĩ sẽ rất thú vị." Vì thế mọi hành động, mọi bước ta đi đều bị tự ngã ràng buộc. Tất cả đều bị ràng buộc bởi khái niệm sai lầm về "ta", một điều không hề được thắc mắc. Mọi thứ được dựng lên xung quanh nó, và mọi thứ bắt đầu bằng "bởi vì". Vì thế đó là toàn bộ vấn đề. Hành thiền mà không có bất kỳ mục đích nào có thể nghe rất chán; tuy nhiên sự thật là ta không có đủ can đảm để bước vào và thử một lần. Bằng cách nào đó ta phải có can đảm. Vì ta thấy hứng thú và ta muốn đi xa hơn nên điều hay nhất là hãy làm điều đó một cách hoàn mãn và đừng khởi đầu với quá nhiều chủ đề, mà hãy bắt đầu với một chủ đề và thật sự thể nhập vào nó một cách trọn vẹn. Có thể điều này nghe không thú vị lắm; có thể không phải lúc nào cũng đầy phấn khích; tuy nhiên sự phấn chấn không phải là điều thu hoạch duy nhất, và ta cũng phải phát triển cả sự nhẫn nại. Ta phải sẵn sàng nắm lấy cơ hội và trong ý nghĩa đó phải tận dụng luôn sức mạnh của ý chí nữa.

Ta phải tiến về phía trước mà không hãi sợ những cái không biết, và nếu tiến xa hơn một chút, ta thấy có thể bắt đầu mà không phải nghĩ đến "bởi vì", không phải nghĩ đến "ta sẽ thành tựu điều gì đó", không phải chỉ sống trong tương lai. Ta không được dựng lên những điều tưởng tượng quanh tương lai và dùng cái đó làm lực đẩy và nguồn khích lệ của ta, mà ta nên nỗ lực có được cảm nhận thật sự về giây phút hiện tiền. Điều đó có nghĩa thiền chỉ có thể có hiệu quả nếu không bị quy định bởi bất cứ phương cách giải quyết hoàn cảnh thông thường nào của ta. Ta phải tập thiền một cách trực tiếp mà không mong đợi hay phán xét và không nghĩ gì về tương lai cả. Chỉ việc nhảy vào. Nhảy vào mà không quay nhìn lại. Chỉ khởi đầu với kỹ thuật mà không có một niệm tưởng thứ hai. Dĩ nhiên, các kỹ thuật sẽ cải biến rất nhiều vì mọi thứ đều tùy thuộc khí chất của con người. Vì thế không có một kỹ thuật được phổ quát hóa nào được đề nghị.

Đó là những phương pháp, nhờ đó trí huệ, sherab, có thể phát triển. Bây giờ trí huệ nhìn thấy xa như thế, sâu như thế; nó nhìn thấy phía trước quá khứ và sau lưng tương lai. Nói cách khác, trí huệ khởi đầu mà không có bất kỳ nhầm lẫn nào, vì nó nhìn thấy hoàn cảnh rất rõ ràng. Vì thế trong lần đầu tiên ta phải bắt đầu tiếp cận các hoàn cảnh mà không tạo ra sự nhầm lẫn mù quáng của việc bắt đầu từ cái "ta" – vốn chưa từng hiện hữu. Và sau khi đã bước đi bước đầu tiên, ta sẽ tìm thấy nội quán sâu hơn và có những khám phá mới mẻ, vì lần đầu tiên ta sẽ nhìn thấy một loại kích cỡ mới: ta sẽ thấy rằng thật ra ta đã ở vào kết quả cuối cùng đồng thời với lúc ta đang dịch chuyển trên đường. Điều này chỉ có thể xảy ra khi không có một cái ta để bắt đầu, khi không có sự mong chờ nào cả. Toàn bộ sự tu tập thiền đều căn cứ trên nền tảng này. Và ở đây ta có thể nhìn thấy hoàn toàn rõ ràng rằng thiền không phải là nỗ lực trốn chạy cuộc đời. Nó không cố gắng đạt đến một trạng thái tâm không tưởng, cũng không phải vấn để thể dục tinh thần. Thiền chỉ là nỗ lực nhìn thấy cái *đang là*, và không có gì huyền bí về nó. Vì thế ta phải đơn giản hóa mọi thứ thành sự tu tập ngay tức khắc ở hiện tại những gì ta đang làm mà không mong đợi, không phán xét, và không có ý kiến. Ta cũng không nên có bất cứ quan niệm nào về việc bị cuốn vào một trận chiến chống lại cái "ác" hay chiến đấu bảo vệ cái "thiện". Đồng thời ta không nên suy nghĩ về việc bị giới hạn, theo nghĩa không được phép có các ý nghĩ hay thậm chí cả việc nghĩ đến cái "ta"; bởi vì điều đó sẽ giới hạn mình vào một không gian nhỏ hẹp đến độ nó sẽ trở thành một dạng cực đoan của giới luật, hay kỷ luật. Về căn bản có hai giai đoạn trong việc tập thiền. Giai đoạn đầu liên quan đến việc tự rèn luyện để phát triển điểm khởi động đầu tiên của thiền, và ở đây, những kỹ thuật nào đó, như quán sát hơi thở, được sử dụng. Ở giai đoạn hai ta vượt qua và nhìn thấy thực tại đàng sau kỹ thuật thở, hoặc cho dù bất cứ kỹ thuật nào đi nữa; và ta phát triển một sự tiếp cận đến thực tại hiện tiền nhờ vào kỹ thuật, một loại cảm nhận đã trở thành một với giây phút hiện tiền.

Điều này có thể nghe hơi mơ hồ. Nhưng tôi nghĩ tốt hơn là cứ để yên như thế, vì đối với các chi tiết của thiền, tôi nghĩ có phổ quát hóa cũng chẳng ích gì. Vì các kỹ thuật tùy thuộc vào nhu cầu của con người; chúng chỉ có thể được bàn đến một cách riêng tư; ta không thể hướng dẫn cả một lớp tu tập thiền.